अभिप्राय

वाईटावर चांगुलपणाने मात केल्यास सर्वांचेच मंगल होते. हा सकारात्मक दृष्टिकोन मांडणारी रवीन्द्रनाथांची कथा सौंदर्य व प्रसन्नता यांचा अनुभव देते.

— श्रेया खरे,
दैनिक लोकसत्ता, २९ मे २००५

रवींद्रनाथांच्या सिद्धहस्त लेखणीतून उतरलेली कथा मग ती सामाजिक आशयाची असो वा ऐतिहासिक, ती काव्यात्मक असते. निसर्गाचे बहुविध विभ्रम, पदन्यास आणि प्रतिमा यांची वाचकाला मेजवानी मिळते.

— सुनीता नागपूरकर,
दैनिक लोकमत, २६ जून २००५

वेगवेगळ्या विषयाच्या या कथांमधून रवींद्रनाथांच्या वैशिष्ट्यांचे मनोरम दर्शन घडते. बंगालच्या मातीमधील या कथांमधून बंगाली समाज, त्यातील जातीभेद, गरीब-श्रीमंती भेद, श्रद्धा-अंधश्रद्धा, ढोंगीपणा, माणुसकी यांचे दर्शन होते.

— संदीप अडनाईक,
दैनिक ऐक्य २९ ऑक्टो. २००६

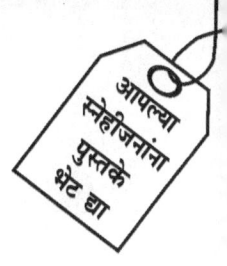

काबुलीवाला

आणि इतर कथा

लेखक

रवीन्द्रनाथ टागोर

अनुवाद

मृणालिनी गडकरी

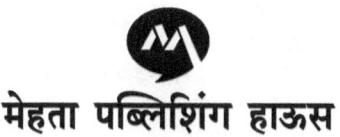

मेहता पब्लिशिंग हाऊस

KABULIWALA ANI ITAR KATHA by Ravindranath Tagore

Translated in Marathi language by Mrunalini Gadkari

काबुलीवाला आणि इतर कथा / अनुवादित कथासंग्रह

अनुवाद : मृणालिनी गडकरी,
८- ए, कांचनबन, सेनापती बापट रोड, पुणे - ४११०१६.

प्रकाशक : सुनील अनिल मेहता, मेहता पब्लिशिंग हाऊस,
१९४१, सदाशिव पेठ, माडीवाले कॉलनी, पुणे - ४११०३०.

अक्षरजुळणी : पीसी-नेट, नारायण पेठ, पुणे ३०.

प्रकाशनकाल : जानेवारी, २००५ / नोव्हेंबर, २००५ / डिसेंबर, २००७
जानेवारी, २०११ / नोव्हेंबर, २०१५ / डिसेंबर, २०१६
पुनर्मुद्रण : फेब्रुवारी, २०१८

मुखपृष्ठ : चंद्रमोहन कुलकर्णी

P Book ISBN 9788177665192
E Book ISBN 9788184988901
E Books available on : play.google.com/store/books
m.dailyhunt.in/Ebooks/marathi
www.amazon.in

भूमिका

आशिया खंडातील पहिले नोबेल पुरस्कार विजेते रवीन्द्रनाथ टागोर ह्यांना आपण 'विश्वकवी' म्हणून ओळखतो. त्यांच्या 'गीतांजली' ह्या काव्यसंग्रहाला नोबेल पारितोषिक मिळताच अखिल जगात त्यांचे नाव आदराने घेतले जाऊ लागले. रवीन्द्रनाथही 'आमि कबि' – मी कवी – असेच म्हणून घेत असले तरी एका रवीन्द्रनाथांमध्ये अनेक रवीन्द्रनाथ वास करत होते. ते तत्त्वज्ञ, विचारवंत, निबंधकार, प्रबंधकार, चित्रकार, संगीतकार, गीतकार, नाटककार, कादंबरीकार आणि कथाकारही होते हे आपल्यापैकी फारच थोड्या लोकांना माहीत असेल. त्यांनी बंगालीतून अनेक उत्तम कथा लिहिल्या. पण दुर्दैवाने त्यातील फारच थोड्या आपल्यापर्यंत पोहोचल्या. मामा वरेरकर ह्यांनी रवीन्द्रनाथांच्या एकवीस कथांचे मराठीत भाषांतर केले. आणखी काही किरकोळ प्रयत्न झालेही असतील. तरीही आताच्या नव्या पिढीला 'कथाकार रवीन्द्रनाथ' अपरिचित आहेत, असेच नाइलाजाने म्हणावे लागते.

आधुनिक बंगाली कथेचा आरंभ बंकिमचंद्र चट्टोपाध्यायांनी केला. रवीन्द्रनाथांनी आणि शरच्चंद्रांनी आपल्या कथांतून समाज, त्याच्या समस्या, संघर्ष, माणूस, माणसामाणसातील नाती, त्याचे गूढ मन ह्यांचे चित्रण केले. विविध विषयांनी नटलेल्या रवीन्द्रनाथांच्या कथा हे बंगाली साहित्याचे फार मोठे वैभव आहे.

रवीन्द्रनाथांची कथा ही बंगालच्या मातीतून जन्मला आली आहे. बंगाली समाज, त्यातील जातिभेद, गरीब-श्रीमंत भेद, श्रद्धा, अंधश्रद्धा, ढोंगीपणा आणि माणुसकी ह्यांचे दर्शन आपल्याला त्यांच्या कथांतून घडते. पूर्वीच्या काळी बंगालमध्ये जमीनदारांचा समाजात फार दबदबा होता. जमीनदार आणि त्यांची रयत ह्यांचे नाते गुंतागुंतीचे असे. त्यामुळेच 'बंगालचे जमीनदार आणि त्यांची जमीनदारी' हा अनेक कथांचा विषय झालेला दिसतो. इंग्रजांमुळे नव्याने झालेली शिक्षणाची आणि संस्कृतीची ओळख, ह्यातूनच निर्माण झालेले स्त्री-शिक्षण, बालविवाह, विधवाविवाह, हुंडा, स्त्री-स्वातंत्र्य ह्यांच्यासारखे सामाजिक प्रश्न, स्वातंत्र्याची चळवळ आणि ह्या सर्वांमुळे बंगालच्या मानसात उठणारी आंदोलने अशा विषयांचे चित्रणही रवीन्द्रनाथांच्या कथांतून आढळते.

रवीन्द्रनाथांच्या कथेचा विषय कोणताही असो, तिच्या केंद्रस्थानी असतो

'माणूस.' जमीनदार–समाजाच्या तळागाळातली माणसं, सुशिक्षित - अशिक्षित, नागर-खेडवळ, प्रामाणिक-लबाड, आसक्त-अनासक्त, मत्सरी-शुद्ध, स्वच्छ मनाचे आबालवृद्ध स्त्री-पुरुष त्यांचे कथाविश्व व्यापून टाकतात आणि आपापल्या वैशिष्ट्यांमुळे आपल्या आठवणीत कायमची राहून जातात. त्यांच्याबद्दल कधी आपल्याला प्रेम वाटते तर कधी त्यांचा राग येतो, कधी त्यांची दया येते तर कधी चीड. ह्याचे कारण ती आपल्या नेहमीच्या जगातील, हाडामांसाची खरीखुरी माणसं वाटतात. कथेतील काल्पनिक व्यक्तिरेखा वाटत नाहीत. अशा व्यक्तिरेखा रवीन्द्रनाथ कशा निर्माण करू शकले?

रवीन्द्रनाथांनी बहुतेक कथा, त्यांच्या वयाच्या तीस ते पन्नास ह्या वर्षांमध्ये म्हणजेच साधारणपणे १८९० ते १९१० ह्या काळात लिहिल्या. ह्या काळात आपल्या जमीनदारीची देखभाल करण्यासाठी ते आपल्या 'पद्मा' नावाच्या नौकेतून कोलकात्यापासून बरेच दूर जात. ह्या प्रवासात 'पद्मे'तून ते गावे आणि माणसे निरखीत. हा तरुण जमीनदार इतर जमीनदारांपेक्षा निश्चितच वेगळा होता. अतिशय तरल, संवेदनक्षम मनाच्या ह्या कवी जमीनदाराच्या मनावर अतिशय क्षुल्लक वाटणाऱ्या गोष्टीही ठसा उमटवून जात. गावातील साध्यासुध्या माणसांना हा जमीनदार आकर्षून घेत असे. ते आपले सुखदुःख, व्यथा-वेदना त्यांच्यापाशी मनमोकळेपणाने सांगत. ह्या अशा सळसळणाऱ्या जीवनप्रवाहातून त्यांची कथा जन्मली, फुलली, बहरली. तिला वास्तवाचा भक्कम पाया आहे आणि हळुवार कविमनाच्या कल्पकतेचे पंखही आहेत.

माणसाचे मन म्हणजे तळाचा ठाव न लागणारा खोल जलाशय. रहस्यमय, गूढ असे मन केव्हा कसे वागेल हे सांगणे जेवढे कठीण तेवढेच ते तसे का वागले ह्याचे स्पष्टीकरण देणेही अवघड. पण रवीन्द्रनाथांना माणसाच्या मनाची समज उत्तम असावी असे दिसते. एखाद्या निष्णात मानसशास्त्रज्ञाच्या कौशल्याने ते माणसाच्या मनाचा ठाव घेऊ पाहतात. त्यामुळे सखोलता प्राप्त झालेली त्यांची कथा एक उंची गाठते.

माणसाचे मन सर्वत्र सारखेच. मग तो शहरात राहणारा असो की लहानशा गावात. प्रेम, वात्सल्य, निष्ठा, मैत्री, श्रद्धा, द्वेष, मोह, सूड ह्या भावना तर शाश्वत.

म्हणूनच रवीन्द्रनाथांच्या कथेला नागर-ग्रामीण अशी खूण - चिठ्ठी लावता येत नाही. ती कथा असते - माणसांची.

रवीन्द्रनाथांनी एके ठिकाणी म्हटलं आहे, 'प्रत्येकाच्या जीवनाचा एक मूळ स्वर असतो.' त्यांच्या जीवनाचा असा स्वर होता 'निसर्ग.' निसर्गाशी त्यांचा होता एकनाडीयोग. त्यांच्या जीवनाचा निसर्ग हा अविभाज्य घटक असल्यामुळे त्यांच्या साहित्यातही त्याला अढळ स्थान आहे. त्यांच्या साहित्यात तो फक्त वर्णनासाठी वा अलंकरणासाठी येत नाही तर तो त्यात पूर्णपणे एकजीव झालेला असतो. 'बलाई' ह्या कथेतील लहानगा बलाई हा मानव रूपातील निसर्गपुत्रच आहे. 'ज्या दिवशी सागराच्या गर्भातून नुकत्याच वर आलेल्या ओल्या मातीतून अरण्यानं प्रथम टाहो फोडला, त्याच दिवशी ह्या पोराचा जन्म झाला असावा. त्याचं खरं वय कोट्यवधी वर्षांचं असावं. – त्या वेळी पशुपक्षी नव्हते; जीवनाचा कोलाहल नव्हता. चहूकडे होते दगड, चिखल आणि पाणी. काळाच्या प्रवाहाचा विचार केला तर सर्वप्रथम निर्माण झाल्या वनस्पती. सूर्याला हात जोडून झाड म्हणाले, 'मी आहे. मी जगेन. मी आहे निरंतर प्रवासी. मृत्यूमधल्या चिरंतन जीवनाच्या विकासतीर्थाकडे मी रात्रंदिवस, उन्हापावसातून जात राहीन.' हा घोष आजही वनावनातून, डोंगरदऱ्यांतून दुमदुमत असतो. पानापानातून, फांद्याफांद्यांतून धरतीच्या प्राणाचे बोल घुमतात, 'मी आहे. मी आहे.' विश्वचैतन्याची ही मूक धात्री वनस्पती युगापासून द्युलोकाला दोहत आहे; पृथ्वीच्या अमृतभांडारात जीवनाचं तेज, रस व लावण्य साठवत आहे; तिचे सतत उचंबळून येणारे अधीर बोल असतात, 'मी आहे. मी आहे.' हे बोल बलाईच्या देहातून, रक्तातून घुमत. त्याला ऐकू येत.' ह्या वर्णनातून बलाईच्या जीवनाचा मूळ स्वर 'तरुपल्लव'च कसा होता हे रवीन्द्रनाथ दाखवतात. 'त्याग', 'अतिथी' वगैरे कथांतून आलेले निसर्गवर्णन मानवी भावनांशी पूर्णपणे एकरूप झालेले दिसते.

रवीन्द्रनाथांची कथा ही काव्यात्म आहे. 'कवी रवीन्द्रनाथ' 'कथाकार रवीन्द्रनाथां'मध्येही दिसतात. त्यांच्या काव्यात पुन्हा पुन्हा येणाऱ्या सोनं, बासरी, नदी, झाडांची सळसळ वगैरे प्रतिमा कथांमधूनही येतात. 'अपरिचिता' ह्या कथेतील 'अरे आवाजा, अनोळखी कंठातून निघालेल्या नादा, तू तर क्षणार्धात माझ्या चिरपरिचित आसावर विराजमान झालास की ! आश्चर्य ! तू तर किती परिपूर्ण आहेस !' चंचल

काळाच्या अधीर हृदयावर तो आवाज फुलासारखा उमलला होता. काळाची झुळूक त्याची पाकळीसुद्धा हलवू शकत नव्हती. त्याच्या अपरिमित कोमलतेवर यत्किंचितही डाग पडत नव्हता. ... 'हे सुधामय स्वरा, ज्या हृदयाचं तू अपरूप आहेस ते मला चांगलं परिचित नाही का? जागा आहे म्हणालास ना? लवकर या म्हणून बोलावलंस ना ? मग ताबडतोब आलो बघ. जरासुद्धा वेळ लागला नाही.' ह्या ओळी वाचताना किंवा 'तपस्विनी' ह्या कथेतील 'बाहेरचं हे जग चैतन्यानं सळसळणारं. हे चैतन्य म्हणजे पितामह ब्रह्माच्या उष्ण रक्तातून निघून आकाश व्यापून राहिलेलं आदिम बाष्प – ब्रह्माच्या चतुर्मुखातून वेदवेदांत उच्चारित होण्यापूर्वीची ही निर्मिती. ह्याच्या रंग - गंध - नादाशी जखडलेत समस्त प्राणिमात्र. हे भिनलंय समस्त सृष्टीच्या रोमारोमात. ह्याच्या लहानमोठ्या हजारो दूतांना प्रत्येक जीवाच्या हृदयरूपी खासमहालाची गुप्त वाट ठाऊक असते.' हे प्रेमजीवनाचं रहस्य समजून घेताना आपण एखादी कविताच वाचत आहोत असे वाटते. ही काव्यात्मता कथेला बाधक ठरत नाही. उलट ती कथेच्या सौंदर्यात भरच घालते.

रवीन्द्रनाथ नर्म विनोदाच्या साहाय्याने समाजातील दोष उघड करतात. उपरोधाचा आधार घेऊन समाजातील अनिष्ट गोष्टींवर बोट ठेवतात. 'आजोबा' ह्या कथेतील 'मुलीच्या लग्नाच्या काळजीनं बेजार झालेले लोक माझी स्तुतिस्तोत्रं गात होते आणि विविधोपचारे माझी पूजा करत होते. मुलगी पसंत पडो वा न पडो त्यांची पूजा मला काही गैर वाटत नव्हती. मी उत्तम स्थळ असल्यानं मुलींच्या बापांनी माझी अशी पूजा केलीच पाहिजे अशी माझी मीच समजूत करून घेतली होती... मी स्वत:ला देवस्वरूप मानायला लागलो होतो.' अशासारखी वाक्ये त्या काळच्या तरुणांची वृत्ती मार्मिकपणे दाखवतात तर 'अपरिचिता' ह्या कथेतील 'मी फारच लाडात वाढलो आणि त्यामुळेच बहुधा कधीच मोठा झालो नाही.' 'मामाला मुलीपेक्षा तिच्या बापात अधिक रस होता.' 'अंगठीपासून हारापर्यंत जेवढ्या प्रकारचे जडजवाहीर असतील, त्यांनी लडबडलेला माझा देह म्हणजे जणू लिलावात काढलेलं दागिन्यांचं दुकानच.' 'लग्नमंडपातून मुलीच्या बापानं लग्न न करताच परत पाठवून दिलेला असा मी हा संबंध बंगालमधला पहिला आणि एकमेव पुरुष होतो' ह्यासारखी वाक्ये तरुणांचा नेभळटपणा दाखवायला पुरेशी ठरतात. कथेत जेव्हा प्रथम पुरुषी निवेदन येते तेव्हा

ह्या उपरोधिकतेला वेगळीच धार चढते. 'संस्कार' ह्या कथेचा शेवट ह्या दृष्टीने पाहण्यासारखा आहे. ह्याच कथेतील ''माझं नाव आहे गिरीन्द्र. पण सर्व लोक मला 'माझ्या बायकोचा नवरा' म्हणूनच ओळखतात. माझ्या नावालाही काही किंमत आहे हे त्यांच्या लक्षातच येत नाही. देवाच्या कृपेनं वाडवडिलांनी पैसाअडका बऱ्यापैकी ठेवलाय. त्यामुळे समाजात मलाही प्रतिष्ठा आहे. पण ह्या गोष्टीकडे ह्या लोकांचे लक्ष फक्त वर्गणी गोळा करताना जातं.'' ह्या वाक्यांतून समाजाचा भोंदूपणा, कावा, लबाडी ह्यावर ते फटकारे मारतात. 'तपस्विनी' ह्या कथेत सरस्वतीनं स्वप्नात दृष्टान्त देणं, नैमिषारण्याचा नव्याने लागलेला शोध, योग्याने आरशात पाहून दूर असलेल्या माणसाबद्दल सांगणे हे सर्व समाजातील अंधश्रद्धाळू आणि त्याचा फायदा उठवणारे ह्यांचे पितळ उघडे पाडतात. हे सर्व ज्याच्यावरून घडते तो अखेर अवतरतो. पण संन्यासी म्हणून नव्हे तर वॉशिंग-मशीनचा एजंट म्हणून.

रवीन्द्रनाथ आपल्या कथांमधून भारतीय माणसांबरोबर 'भारतीय घर' दाखवतात. हे घर म्हणजे जमीनदाराचा प्रासादासारखा वाडा असो, मध्यमवर्गीयाची टुमदार बंगली असो वा गरिबाची झोपडी. त्यांना आकर्षण आहे ते घरातील 'घरपणा'चे असं का?

ह्याचे कारण भारतीय संस्कृतीची त्यांना जाणवणारी महानता. आपल्या तत्त्वज्ञानातील 'सत्यम्-शिवम्-सुंदरम्' ही त्रयी, ते सुंदरम्-सत्यम्-शिवम् अशी बदलून घेतात. आपल्या संस्कृतीतील प्रकाशाकडे जाण्याची ओढ, पूर्णत्वाची आकांक्षा, शांतीचा आग्रह त्यांना फार मोलाचा वाटतो. त्यांच्या प्राचीन साहित्यावरील निबंधात त्यांनी हा मुद्दा मुद्दामच अधोरेखित केला आहे. आपल्या संस्कृतीतील, तत्त्वज्ञानातील, इतिहासातील चांगल्या गोष्टींचे ते गुणगान करतात. मात्र वाईट गोष्टींवर कोरडे ओढायलाही मागेपुढे पाहत नाहीत.

त्यांच्या कथांतून येणारी माणसं सामान्यच असतात. द्वेष, मत्सर, लोभ, प्रेम ह्यांत गुंतलेली. पण वेळ येताच ती खंबीरपणे उभी राहतात, धडाडीने धाडसी निर्णय घेतात. 'त्याग', 'चित्रकार', 'दुर्बुद्धी' वगैरे कथा ह्यासाठी पाहण्यासारख्या आहेत. ही माणसं कधी कधी सामान्यांच्या दृष्टीने पराभूत होतात. पण हा पराभव मात्र सामान्य नसतो. ती पराभूत होतानाही एक उंची गाठतात. 'दुर्बुद्धी' कथेतील

डॉक्टर, 'परतफेड'मधील इंद्राणी, 'अपरिचिता'मधील अनुपम, 'त्याग' मधील हेमंत ह्या व्यक्तिरेखा ह्या विधानाला पुष्टी देतात. त्यामुळे अशा कथांचा शेवटही सामान्यांना धक्कादायक, अपूर्ण, अजब वाटणे शक्य आहे. ह्या मागेही भारतीय संस्कृतीचे संस्कारच आहेत.

रवीन्द्रनाथांच्या कथा, आताच्या काळातही, ताज्या वाटतात. ह्याचे कारण रवीन्द्रनाथ माणसाच्या वृत्ती-प्रवृत्ती, भाव-भावना ह्यांना महत्त्व देतात. कालमानाप्रमाणे समाजाची जीवनशैली बदलू शकते, कथा-लेखनाचे तंत्रही बदलेल. पण माणसाच्या भावना? त्या कशा बदलतील? वृत्ती कशी बदलेल? हुंडा, जातिभेद, स्त्री-पुरुष भेद, गरीब-श्रीमंत भेद हे मिटवू म्हटल्याने मिटले आहेत? उलट वेगळ्या स्वरूपात ते जास्तच तीव्रतेने भेडसावत आहेत. म्हणूनच आजही आपल्याला त्या कथा वाचाव्याशा वाटतात. वाईटावर चांगुलपणाने मात कशी करता येते आणि अशा प्रकारे केलेली मात सर्वांचेच मंगल कसे करते हे ह्या कथा सांगतात. ह्या कथांतून मांडलेला दृष्टिकोन सकारात्मक आहे. दुःख असले तरी रडवेपणा नसतो, उपरोध असला तरी बोच नसते, समस्या असली तरी कर्कशपणा नसतो, संघर्ष असला तरी तो निकराचा नसतो, विनोद असला तरी त्यात कटुता नसते. वर्मावर बोट ठेवले जाते ते समाजाने सुधारावे म्हणून. थोडक्यात ह्या कथा सौंदर्य, प्रसन्नता ह्यांचा अनुभव देतात.

रवीन्द्रनाथ आणि त्यांचे साहित्य - मग त्यात कथा आल्याच– समजण्यासाठी त्यांनी मांडलेला एक विचार समजून घेणे आवश्यक आहे. त्यांच्या मते प्रत्येक व्यक्तीत एक 'मी' असतो. ह्याला आपण 'आतला मी' म्हटले तर बाहेरून आपल्याला दिसणारी व्यक्ती म्हणजे 'बाहेरचा मी'. 'बाहेरचा मी' हा सतत समाजाच्या संपर्कात येत असल्याने त्यावर अनेक दबाव असतात, त्याला समाजाप्रमाणे वागावे लागते. तो मुक्त दिसत असला तरी तसा नसतो. ह्या उलट 'आतला मी' हा स्वतंत्र असतो. तो सर्जनशील असतो. मानवतेचे केंद्र असतो. अतिशय खोल गेल्याशिवाय हा मी गवसत नाही. पण सामान्य माणसाला ह्या 'आतल्या मी'ची जाणीवच नसते. बहुधा त्याला तो होतच नाही. मात्र अशी जाणीव झाल्यास सामान्य असामान्य कर्तृत्व दाखवू शकतो. हा 'आतला मी' बाहेर येऊन विश्वात मिसळला की खऱ्या

अर्थाने मुक्त होतो. हा 'आतला मी' हीच माणसाची खरी ओळख होय. रवीन्द्रनाथांच्या कवितांमध्ये हा 'आतला मी' निरनिराळ्या रूपात आणि वेगवेगळ्या नावाने येतो. 'चोरलेले धन' ह्या कथेत ह्या 'मी'चे स्पष्टीकरण पुढीलप्रमाणे दिले आहे, 'प्रत्येक माणसात एक मी' असतो. ह्या अपरिमित रहस्याचं असीम मूल्य प्रेमात मिळतं. त्याच्या पुढे अहंकाराचा पैसा खोटा ठरतो, क्षुल्लक ठरतो. शास्त्रानं स्वत:ला ओळखायला सांगितलंय. माझ्यातल्या 'मी'ला एकजण प्रेमाच्या शक्तीमुळे ओळखत होती व त्या आनंदात मी मला ओळखायला लागलो.' 'चित्रकार' ह्या कथेतही चुनीतला 'मी' त्याची आई ओळखते.

ह्या कथासंग्रहात रवीन्द्रनाथांच्या पंधरा कथा आल्या आहेत. त्यांचे विषय वेगवेगळे असले तरी रवीन्द्रनाथांच्या वर उल्लेखलेल्या वैशिष्ट्यांपैकी काही वैशिष्ट्यांचे मनोरम दर्शन आपल्याला घडते.

'काबुलीवाला', 'दुर्बुद्धी', 'अपरिचिता' आणि 'चोरलेले धन' ह्या चार कथांमध्ये एक गोष्ट समान आहे आणि ती म्हणजे मुलीच्या पित्याचे हृदय. काबुलीवाला रगेल, अशिक्षित अफगाण. संपादकांच्या मुलीवर - मिनीवर - त्याचे नितांत, निरपेक्ष प्रेम आहे. ह्या छोट्या मिनीत तो हजारो मैल दूर असलेल्या त्याच्या मुलीला पाहत असतो. तुरुंगातून सुटून आल्यावर वधूवेशातील मिनी त्याला ओळखत नाही. ती त्याला विसरून गेलेली असते. आपल्या मुलीशीही आपल्याला नव्याने ओळख करून घ्यावी लागणार हे लक्षात येताच तो हवालदील होतो. मात्र बापाचे मन बापालाच कळते. संपादकमहाशय मिनीच्या लग्नात रोषणाईच्या व वाजंत्रीच्या हौसेला फाटा देऊन ते पैसे काबुलीवाल्याला देतात व त्याला ताबडतोब देशाला जाऊन त्याच्या मुलीस भेटण्यास सांगतात. ह्यात त्यांना अपूर्व समाधान लाभते.

'दुर्बुद्धी' ह्या कथेतील बापाला आपली मुलगी गमावल्यावर बापाच्या हृदयातील दु:ख जाणवते. मग तो गावातील सर्वच मुलींचा आणि बापांचा पाठीराखा होतो. त्यामुळे अखेर त्याला आपल्या गावालाच कायमचा रामराम ठोकावा लागतो.

'अपरिचिता' ह्या कथेतील पिता सुशिक्षित व खंबीर आहे. आपली सुशिक्षित, सुसंस्कृत लाडकी लेक, संस्कृतिहीन लोकांच्या घरात देऊन तिला आयुष्यभर दु:खात लोटण्यापेक्षा तो सरळ लग्न मोडतो. लग्नमंडपातून नवरदेवाला परत पाठवतो

आणि मुलीला तिच्या मनाप्रमाणे मातृभूमीची सेवा करायला प्रोत्साहन देतो.

'चोरलेले धन' ह्या कथेतील पिता लेकीचे मन ओळखून तिला सुखी करतो.

'बलाई' आणि 'सुटी' ह्या दोन कथा दोन लहान मुलांना केंद्र करून रेखाटल्या आहेत. 'बलाई' तर निसर्गपुत्रच आहे पण त्याची काकीही बलाईच्या आवडत्या सावरीच्या झाडात त्याचे रूप बघते. रवीन्द्रनाथांच्या मते निसर्ग व मानव दोघेही एकमेकांवर अवलंबून आहेत. त्या दोघांत अंतर पडल्यास माणसाच्या वाट्याला दु:ख येते. 'सुटी' ह्या कथेतील फटीकच्या वाट्याला आलेले दु:ख असेच आहे. खेडेगावातील निसर्गाचे सान्निध्य सोडून शहरात आल्यावर तो गुदमरतो. आजारपणात तो बरळतो, 'आई, मला सुटी लागलीय. मी घरी जातो ग, आई !' हे घरी जाणे म्हणजे निसर्गात विलीन होणे तर नव्हे !

'संस्कार' आणि 'तपस्विनी' ह्या दोन कथांत रवीन्द्रनाथ उपरोध आणि विनोद ह्यांच्या आधारे समाजाच्या भोंदूपणावर टीका करतात. 'संस्कार'मधील ध्रुवव्रता म्हणजे मूर्तिमंत दांभिकता. 'आम्ही खादी वापरून जातिभेदावर अखंड पांघरूण घालतो आणि त्यातली तफावतच झाकून टाकतो,' असे ती नुसती म्हणतच नाही तर तशीच वागतेसुद्धा. आचारविचारांच्या मोठमोठ्या गप्पा मारणाऱ्या ध्रुवव्रतेला रोमारोमात भिनलेला स्पृश्य-अस्पृश्य भेद दूर करता येत नाही आणि झाकताही येत नाही. 'संस्कार'मधील वातावरण आधुनिक आहे तर 'तपस्विनी' मधील जुने, जमीनदारीच्या काळातले. पण ढोंगीपणात तीळमात्र फरक नाही.

'त्याग' ह्या कथेत रवीन्द्रनाथांनी सिंधुबंदी, जातिभेद व विधवाविवाह ह्या समस्या खुबीने मांडल्या आहेत. बंगालमध्ये अगदी अलीकडच्या काळापर्यंत जातिभेदाची समस्या उग्र रूप धारण करून होती. जाती-जातीत बेटी व्यवहार तर राहूच देत पण ब्राह्मणांच्या भिन्न श्रेणीतही विवाह होत नसत. 'त्याग' कथेत हेमंत कुसुमचा त्याग करत नाही. मग कोण कशाचा त्याग करते? हेमंतचे वडील मुलाला घराबाहेर काढतात आणि हेमंत जातपातीचा त्याग करतो. विधवाविवाहाचाही ह्यात पुरस्कार केला आहे.

'परतफेड' ह्या कथेतही कुलीनत्वाचा प्रश्न येतोच. शिवाय मालक-नोकर संबंधावर चर्चा आहे. नयनतारेचा अहंकार हीन आहे. इंद्राणी आपले दागिने देऊन

मालकांची प्रतिष्ठा वाचवते आणि निरलंकार होऊन मालकांकडे जेवायला जाते तेव्हा दागिन्यांबरोबरच कुळाचा अभिमान ती उतरवून ठेवते. मात्र हृदयातील श्रीमंतीमुळे ती नयनतारेपेक्षा खूपच उंचीवर पोहोचल्याचे जाणवते.

'प्रथम तिज पाहता...' ही एक निखळ प्रेमकथा - खेडेगावातील अस्पर्शित, सहजसुंदर लावण्याची आणि ओळखीच्या चूकभुलीची. पण खेडेगाव आणि तेथील माणसे ह्यांच्या स्वाभाविक सौंदर्याने ह्या कथेला एक अवीट गोडी येते.

'आजोबा' ही एक हळुवार, मनोज्ञ कथा. गत वैभवाच्या आठवणीत जगणाऱ्या सुशील, सज्जन आजोबांची आणि त्यांची आई होऊन त्यांना सांभाळणाऱ्या नातीची. कथानायकाला जेव्हा ह्या नातीच्या हृदयाची जाणीव होते तेव्हा त्या जाणिवेच्या प्रकाशात त्याच्या मनातील हीण गळून पडते आणि ते शुद्धतेने उजळते. 'अपरिचिता'मध्ये हे सत्कृत्य नायिकेचा आवाज घडवून आणतो.

'गुप्तधन' ही ह्या सर्व कथांमध्ये आपल्या वेगळेपणाने उठून दिसणारी कथा. कोड्याचे रहस्य, गुप्तधनाचा शोध ह्यातून एक गूढ वातावरण निर्माण करून रवीन्द्रनाथ दाखवून देतात की साध्या गोष्टीतही अपूर्व सौंदर्य असते. हे सौंदर्य पाहायची दृष्टी लाभल्यास त्यापुढे जगातील सम्राटांचे ऐश्वर्यही फिके वाटते. सहजसुंदर गोष्टींतून मिळणारा आनंद, सुखसमाधान धनाच्या प्राप्तीतून मिळत नाही.

'चित्रकार' ह्या कथेतील चिमुकल्या चुनीलालला आपल्याकडे ओढून घेणारा 'इंद्रदेव' हा दुसरा तिसरा कोणी नसून त्याच्या 'आतला मी' आहे. चुनीची आई आपल्या प्रेमातून, वात्सल्यातून मुलातला हा 'मी' ओळखते आणि तो मुक्त करण्यासाठी, मनावर दगड ठेवून त्याला आपल्यापासून दूर करते.

'अतिथी'मधला तारापद हा, माझ्या मते, 'आतल्या मी'चेच मानवी रूप आहे. समाजाच्या स्वार्थी बंधनात तो घुसमटतो. पण बाहेरच्या जगाशी संपर्क आल्यावरच त्याची ओळख पटते.

अशी ही रवीन्द्रनाथांची कथा. प्रत्येक वाचनाबरोबर एक अनोखी अनुभूती देणारी.

माझ्या पीएच. डी. च्या प्रबंधासाठी मी रवीन्द्रनाथांच्या काव्याचा अभ्यास केला. त्यावेळी त्यांचे बहुतेक साहित्य बंगालीतून वाचले. ह्या वाचनाने मला

भरभरून आनंद दिला. ह्या साहित्याचे, निदान त्यांच्या काही साहित्यकृतींचे भाषांतर करण्याची मनापासून इच्छा होती. 'मेहता पब्लिशिंग हाऊस'च्या श्री. सुनील अनिल मेहता ह्यांच्यामुळे ती पूर्ण झाली म्हणून त्यांना मन:पूर्वक धन्यवाद. ह्या कथा मी बंगालीतून भाषांतरित करत असताना मला जो आनंद मिळाला तो रसिक वाचकांनाही मिळाल्याशिवाय राहणार नाही. हा कथासंग्रह वाचकांच्या हातात देताना 'मेहता पब्लिशिंग हाऊस'च्या संपूर्ण परिवाराचे सहकार्य लाभले. त्या सर्वांचेच मनापासून आभार.

मृणालिनी गडकरी

अनुक्रमणिका

काबुलीवाला

आमची पाच वर्षांची मिनी फार बोलघेवडी. तिला बोलता यायला लागल्यापासून तिची अखंड बडबड चालू होती, असं म्हटलं तर फारसं वावगं ठरू नये. तिची बडबड तिच्या आईला कधीकधी अगदी असह्य व्हायची. मग ती तिला दटावयाची आणि गप्प बसायला भाग पाडायची. पण मिनी गप्प बसली तर मला चैन पडत नसे, चुकल्याचुकल्यासारखं वाटत असे. म्हणूनच मिनी माझ्याशी अगदी हुरुपानं बोलत असे.

एके दिवशी सकाळी मी माझ्या कादंबरीच्या सतराव्या प्रकरणाला सुरुवात करतो ना करतो तोच मिनी तिथं आली. 'बाबा, आपला रामदयाळ दरवान आहे ना, तो कावळ्याला 'कौवा' म्हणतो. त्याला काही कळत नाही, हो ना?'

भाषेभाषेत फरक असतो, त्याबद्दल तिला थोडं समजावून सांगावं असा विचार करत होतो तोच तिची बडबड पुन्हा सुरू झाली. 'बाबा, आपला भोला म्हणतो की आकाशात मोठ्ठा हत्ती असतो. तो त्याच्या सोंडेतून पाणी उडवतो. ते पाणी म्हणजेच पाऊस. हॅं! भोला नुसता खोटं बोलतो. सारखं सारखं खोट्टं. हो किनई बाबा?' माझ्या उत्तराची अपेक्षा न करताच मिनीनं पुढचा प्रश्न विचारला, 'बाबा, आई तुमची कोण हो?'

मी म्हणणार होतो, 'मेव्हणी'. पण असं काही न बोलता मी तिला म्हटलं, 'जा. भोला तुला खेळायला बोलावतोय वाटतं! मला जरा काम करू दे.'

पण मिनी बाहेर गेली नाही. टेबलाच्या मागे माझ्या पायांपाशी बसून तिनं एकटीनंच 'आपडी थापडी' खेळायला सुरुवात केली. त्या वेळी माझ्या सतराव्या प्रकरणात, काळोख्या रात्री, प्रतापसिंहानं कांचनमालेसह तुरुंगाच्या भिंतीवरून खालच्या नदीत उडी मारली होती.

आमचं घर रस्त्याला लागून होतं. अचानक खेळ थांबवून मिनी धावत खिडकीपाशी गेली आणि मोठमोठ्यानं हाका मारायला लागली, 'काबुलीवालाऽ, ओ काबुलीवालाऽऽ'

ढिले-ढगळ, मळके कपडे, डोक्याला पगडी, खांद्याला भली मोठी झोळी, हातात दोन-चार द्राक्षाच्या पेट्या अशा रूपात एक उंचापुरा काबुलीवाला रस्त्यानं

हळूहळू चालला होता. त्याला पाहताच आमच्या कन्यारत्नाला एवढा उमाळा का आला कोणास ठाऊक! आता तो आला म्हणजे माझ्या लिहिण्यात व्यत्यय ठरलेला. सतरावं प्रकरण अर्धवटच राहणार!

मिनीची हाक ऐकताच काबुलीवाल्यानं हसून वळून पाहिलं आणि तो आमच्या घराकडे वळला. त्याला घराकडे येताना पाहताच मिनी धावत आत कुठंतरी जाऊन बसली. तिची अशी समजूत होती की काबुलीवाल्याच्या भल्या मोठ्या झोळीत तिच्यासारखी दोन-तीन तरी मुलं कोंबलेली असतात.

काबुलीवाला हसत हसत दारात येऊन उभा राहिला. मला पाहताच त्यानं सलाम केला. प्रतापसिंह आणि कांचनमाला अत्यंत मोठ्या संकटात सापडली असली तरी मिनीनं काबुलीवाल्याला बोलावलं असल्यामुळे मला त्याच्याकडून काहीतरी घेणं भागच होतं. त्याला तसंच परत पाठवणं बरं दिसलं नसतं.

मी त्याच्याकडून थोडा सुकामेवा घेतला. त्यानंतर इकडच्या तिकडच्या गोष्टी निघाल्या. अब्दुर रहमान, रशिया, इंग्रज आणि सरहद्दीचं रक्षण ह्याबद्दल आमचं बोलणं झालं.

शेवटी तो निघाला. जाताना त्यानं विचारलं, 'बाबू, तुमची लडकी कुठं गेली?'

मिनीच्या मनातली भीती काढून टाकावी म्हणून मी आत जाऊन मिनीला बोलावून आणलं. ती मला बिलगून उभी होती आणि एकदा काबुलीवाल्याकडे आणि एकदा त्याच्या झोळीकडे संशयानं पाहत होती. काबुलीवाल्यानं आपल्या झोळीतून बेदाणे आणि जर्दाळू काढले आणि तो ते मिनीला द्यायला लागला. पण मिनी ते काही केल्या घेईना. तिचा संशय जास्तच वाढला असावा. मला ती अधिकच बिलगली. हीच मिनीची आणि काबुलीवाल्याची पहिली भेट.

काही दिवसांनंतरची गोष्ट. एके दिवशी सकाळी मी काही कामासाठी बाहेर जाण्यास निघालो होतो. पाहतो तर आमच्या फाटकाजवळच्या बाकावर बसून मिनी काहीतरी सांगत होती. काबुलीवाला तिच्या पायाशी बसून तिचं बोलणं हसतमुखानं ऐकत होता. मधून मधून तोही मोडक्या तोडक्या बंगालीत आपलं म्हणणं मांडत होता. पाच वर्षांच्या आयुष्यात मिनीला तिच्या बाबांखेरीज एवढा बहाद्दर श्रोता कधीच मिळाला नव्हता. जवळ जाऊन पाहतो तर मिनीचा चिमुकला ओचा बदाम-बेदाण्यांनी भरलेला. मी काबुलीवाल्याला म्हटलं 'कशाला दिलंस हे तिला? असं काही देत जाऊ नकोस.' बोलता बोलता मी खिशातून अधेली काढून त्याला दिली. त्यानं ती मुकाट्यानं घेतली आणि झोळीत टाकली.

मी बाहेरून परत येऊन पाहतो तर त्या अधेलीवरून घरात रामायण घडलं होतं. मिनीची आई पांढरी, चकचकीत, गोल वस्तू हातात घेऊन मिनीला

दरडावत होती, 'कुठून आणलीस ही अधेली? बोल.'

मिनी सांगत होती, 'काबुलीवाल्यानं दिली.'

आईनं पुन्हा दरडावून विचारलं, 'अधेली घ्यायला तू काबुलीवाल्याकडे गेलीसच का?'

मिनी आता अगदी रडकुंडीला आली होती. ती म्हणाली, 'अग, मी खर्रऽच नाही मागितला तो पैसा. त्यानंच आपणहून दिला.'

मी पुढे झालो आणि मिनीला तिच्या आईच्या तावडीतून सोडवलं.

मला नंतर कळलं की मिनीची आणि काबुलीवाल्याची ही काही दुसरीच भेट नव्हती. हल्ली तो बहुधा रोजच येत असे. बदाम-बेदाण्याची लालूच दाखवून त्यानं मिनीशी चांगलीच गट्टी केली होती. त्या दोघांत ठराविक हास्य-विनोदही चालायचा. काबुलीवाल्याला पाहताच मिनी विचारत असे, 'काबुलीवाला, तुझ्या झोळीत काय आहे?' 'हांथी' 'हा' वर उगाचच अनुस्वार देऊन रहमत हसत उत्तर देत असे.

झोळीत 'हत्ती' आहे असं सांगण्यात फार मोठा विनोद होता असं नाही. पण त्या दोघांना मात्र त्याच्यात खूप मोठी गंमत वाटत असे. आणि शरद ऋतूतल्या सकाळी एका प्रौढ आणि दुसऱ्या वयानं लहान असलेल्या त्या मुलांचं निरागस हास्य पाहून मलाही खूप बरं वाटत असे.

त्या दोघात आणखी एक संवाद नेहमी व्हायचा. रहमत मिनीला म्हणायचा, 'खोकी, तू कध्धी कध्धी सासरी जायचं नाहीस हं!'

आमच्या वेळी, जन्मल्यापासून बंगाली मुलीला 'सासर' हा शब्द माहीत व्हायचा. पण आमच्या घरचे विचार वेगळे असल्यानं छोट्या मिनीला आम्ही 'सासर' ह्या शब्दामागील अर्थाची ओळख करून दिली नव्हती. त्यामुळे 'सासर' म्हणजे काय हे तिला फारसं कळतच नसे. पण निरुत्तर होऊन गप्प बसणं तिच्या स्वभावातच नव्हतं. ती उलट प्रश्न विचारायची, 'काबुलीवाला, तू जाशील का सासरी?'

रहमत काल्पनिक सासऱ्याला गुद्दा मारण्याचा हावभाव करून म्हणायचा, 'मी सासऱ्याला अस्सं मारीन.'

त्याचे हावभाव पाहून 'सासरा' नामक कोण्या एका प्राण्याची फटफजिती होणार ह्या कल्पनेनंच मिनीला खदखदून हसू यायचं.

शरदाचे प्रसन्न दिवस होते. पूर्वीच्या काळी ह्याच दिवसात राजे-महाराजे दिग्विजयासाठी बाहेर पडत. मी कलकत्ता सोडून कधीच कुठं गेलो नव्हतो. पण म्हणूनच माझं मन मात्र जगभर फिरत असे. मी म्हणजे जणू काही घराच्या कोपऱ्यात बसलेला एक चिरप्रवासी होतो. बाहेरच्या जगाबद्दल माझ्या मनात

सतत कुतूहल असे. एखाद्या परदेशाचं नाव ऐकताच माझं मन तिकडे धाव घेत असे. कोणी परदेशी माणूस दिसला की लगेच नदी, पर्वत, अरण्य ह्यांच्याबरोबरच एका छोट्या झोपडीचं चित्र मनात उभं राहायचं आणि एका आनंदी, स्वतंत्र जीवनयात्रेची गोष्ट कल्पनेत साकार व्हायची.

तसं पाहिलं तर मी अगदी घरबशा माणूस होतो. घरातला माझा कोपरा सोडून कुठं बाहेर जायची वेळ आली तर मला ते फार मोठं संकट वाटायचं. म्हणूनच सकाळच्या वेळी माझ्या लहानशा खोलीतल्या टेबलाजवळ बसून मी काबुलीवाल्याशी गप्पा मारत असे. त्यामुळे माझी भ्रमंती आपोआपच घडून यायची. काबुलीवाला त्याच्या घनगंभीर आवाजात, मोडक्यातोडक्या बंगालीतून जेव्हा त्याच्या देशाबद्दल बोलायचा तेव्हा त्याच्या बोलण्यावरून एक चित्र माझ्या नजरेसमोर स्पष्ट रेखाटलं जायचं - दोन्ही बाजूला ओबडधोबड, उंच, दुर्गम काळपट लाल पहाड, त्यामधून जाणारा चिंचोळा वाळवंटी रस्ता, त्या रस्त्यावरून जाणाऱ्या उंटांच्या रांगा, उंटांवर बोजे लादलेले, पगडीवाले व्यापारी आणि वाटसरू – कोणी उंटांवर स्वार झालेले तर कोणी पायीच वाट तुडवणारे. कोणाच्या हातात भाले तर कोणाच्या हातात त्या काळच्या चकमकवाल्या बंदुका.

मिनीची आई मोठी संशयी स्वभावाची! रस्त्यावर कुठं थोडीशी जरी गडबड झाली तरी तिला वाटायचं की जगातले सगळे दारुडे आमच्या घराच्याच रोखानं धावत येताहेत. हे जग चोर, डाकू, दारुडे, साप, वाघ, डास, झुरळं आणि गोरे लोक ह्यांनीच भरलेलं आहे हा संशय तिचं एवढं वय होऊनही (तसं तिचं वय फार नव्हतं) तिच्या मनातून गेला नव्हता.

रहमत काबुलीवाल्याबद्दलही तिला थोडा संशय होताच. त्याच्यावर नजर ठेवण्याबद्दल ती मला वारंवार बजावत असे. मी तिचा हा संशय हसण्यावारी नेण्याचा प्रयत्न करताच तिनं मला उलट विचारलं होतं, 'कधी कोणी मुलांना पळवून नेलं नाही का? काबूलमध्ये गुलामांचा व्यापार चालतो ना? एवढा अगडबंब माणूस, एका लहान मुलीला उचलून नेणं अवघड आहे?'

तिचं म्हणणं एका अर्थानं खरं होतं. हे घडणं अशक्य नव्हतं. पण काबुलीवाल्याबद्दल अविश्वास दाखवणंही शक्य नव्हतं. कोणावर किती आणि कसा विश्वास ठेवायचा हे प्रत्येकानं आपापल्यापरीनं ठरवायचं असल्यानं मिनीच्या आईच्या मनातला संशय दूर करणं शक्य नव्हतं. पण म्हणून काहीही कारण नसताना रहमतला आमच्या घराचं दार बंद करणं मला पटत नव्हतं.

दरवर्षी माघ महिन्यात रहमत आपल्या देशाला जात असे. त्यामुळे ह्या काळात तो उधारी वसूल करण्यात गुंतलेला असे. घरोघर फिरावं लागत असूनही

वेळात वेळ काढून तो मिनीला भेटायला यायचाच. एखाद्या दिवशी सकाळी आमच्याकडे यायला सवड मिळाली नाही तर संध्याकाळी तरी तो यायचाच. ढगळ कपडे घातलेल्या त्या आडदांड माणसाला कोपऱ्यात बसलेलं पाहिलं की काही कारस्थान तर नसावं ना, असा संशय येणं अगदी साहजिक होतं. पण मिनी जेव्हा 'काबुलीवाला, ओ काबुलीवाला,' असं ओरडत हसत हसत धावत यायची आणि वयात खूप अंतर असलेल्या त्या दोन दोस्तांचा हास्यविनोद चालायचा तेव्हा माझं मन प्रसन्नतेनं भरून जायचं.

असाच एक दिवस मी माझ्या कादंबरीची मुद्रितं तपासत होतो. निरोप घेण्यापूर्वी थंडीनं आपला कडाका दाखवला होता. दोन-तीन दिवस थंडी चांगलीच वाढली होती. त्यामुळेच सकाळचं ऊन खिडकीतून येऊन माझ्या पायावर पडलं तेव्हा मला फार छान वाटलं, ते ऊन हवंहवंसं वाटलं. साधारण आठचा सुमार असेल. कानटोपी, मफलर असा जामानिमा करून सकाळी फिरायला गेलेली माणसं अजून घरी परतलीसुद्धा नव्हती, इतक्यात रस्त्यावर गडबड ऐकू आली.

मी डोकावून पाहिलं तर रहमतला दोन पोलीस पकडून नेत होते. त्यांच्यामागे फाजील चौकस पोरांचं टोळकं होतं. रहमतच्या कपड्यांवर रक्ताचे डाग होते. एका पोलिसाच्या हातात रक्तानं माखलेला सुरा होता. ही काय भानगड आहे हे पाहण्यासाठी मी बाहेर आलो.

चौकशी केल्यावर रहमत आणि पोलीस ह्यांच्याकडून कळलं ते असं की आमच्या शेजारच्या एकानं रहमतकडून रामपुरी चादर उधारीवर घेतली होती. पण नंतर मात्र त्यानं चादर उधार घेतलीच नसल्याचा बहाणा केला. तो धडधडीत खोटं बोलायला लागला. तेव्हा त्याच्यात आणि रहमतमध्ये बाचाबाची झाली आणि अखेर भांडण हमरीतुमरीवर आल्यावर रहमतनं त्याला सुऱ्यानं भोसकलं.

त्या खोटं बोलणाऱ्या माणसाला रहमत अर्वाच्य शिव्या देत होता. तोच नेहमीप्रमाणे हाका मारत मिनी बाहेर आली.

मिनीला पाहताच रहमतचा चेहरा उजळला. आज त्याच्याजवळ झोळी नव्हती. त्यामुळे झोळीसंबंधीची नेहमीची प्रश्नोत्तरे झाली नाहीत. मिनीनं रहमतला एकदम पुढचाच प्रश्न विचारला, 'काबुलीवाला, सासरी चाललास?'

'हो, खोकी.'

त्याच्या ह्या उत्तरावर आज मिनी हसली नाही. तेव्हा आपले हात दाखवून तो म्हणाला, 'सासऱ्याला मारलं असतं. पण काय करणार? ह्यांनी माझे हात बांधलेत ना!'

प्राणघातक हल्ल्याच्या गुन्ह्याखाली रहमतला काही वर्षांची शिक्षा झाली.

एक प्रकारे मी रहमतला विसरून गेलो. आम्ही आमच्या दैनंदिन आयुष्यात गुंतलो असताना डोंगरदऱ्यात राहणारा एक स्वतंत्र पुरुष तुरुंगाच्या भिंतीआड वर्षामागून वर्ष घालवतोय, हे माझ्या मनातसुद्धा आलं नाही.

आणि अचपळ मनाच्या मिनीचं वागणं अतिशय खजील करणारं होतं, हे तिच्या बापालाही कबूल करणं भाग होतं. ती आपल्या जुन्या दोस्ताला सहजपणे विसरली होती आणि आता आमच्या नवीन मोतद्दाराबरोबर तिनं मैत्री केली होती. हळूहळू वाढत्या वयाबरोबर मित्रांऐवजी तिच्या मैत्रिणींची संख्या वाढायला लागली. हल्ली तर ती तिच्या बाबांच्या लिहिण्याचा खोलीतही फारशी फिरकत नसे. एका प्रकारे मी तिच्याशी कट्टीच घेतली होती.

वर्षं उलटली. पुन्हा एकदा शरद ऋतू आला. आमच्या मिनीचं लग्न ठरलं. पूजेच्या सुटीत लग्न होतं. कैलासवासिनीसारखीच माझं घर सुनं करून आमची आनंदी तिच्या पतीच्या घरी जाणार होती.

आजची सकाळ फारच सुंदर होती. पावसानंतरचे शरदातले कोवळे ऊन गाळीव सोन्यासारखे झळझळत होते. त्यामुळे कलकत्त्यातील गल्लीबोळांत खेटून उभ्या असलेल्या जुन्यापुराण्या इमारतींनासुद्धा शोभा आली होती.

उजाडता उजाडता आमच्या दारात सनई वाजू लागली. ते सनईचे सूर जणू काही माझ्या अंतरातून येणारे कढच होते. करुण भैरवी माझ्या मनातील ताटातुटीचं दु:ख शरदाच्या उन्हासहित अखिल विश्वात पसरवीत होती. आज मिनीचं लग्न होतं.

सकाळपासूनच घरात गडबड चालली होती, लोकांची वर्दळ वाढली होती. दारात मांडव घालणं चाललं होतं. खोल्यांतून, व्हरांड्यातून झुंबरं लावण्यासाठी ठाकठोक चालली होती. घर नुसतं गर्जत होतं.

मी माझ्या लिहिण्याच्या खोलीत बसून हिशेब करत होतो. एवढ्यात रहमत तिथं अचानक हजर झाला. त्यानं मला सलाम केला.

मी प्रथम त्याला ओळखलंच नाही. त्याच्याजवळ त्याची ती झोळी नव्हती, केसांची झुलपं नव्हती. त्याच्या तोंडावर पूर्वीचं तेजही नव्हतं. पण त्याच्या हसण्यावरून मी त्याला ओळखलं.

मी विचारलं, 'काय रे रहमत, केव्हा आलास?'

'काल संध्याकाळी तुरुंगातून सुटलो.' त्यानं उत्तर दिलं.

ते ऐकून मला कसंसंच झालं. मी कधीच कुठल्याही खुन्याला प्रत्यक्ष पाहिलं नव्हतं. माझा जीव अर्धा झाला. आजच्या मंगल प्रसंगी हा माणूस इथं कशाला, असंही वाटून गेलं. मी त्याला म्हटलं, 'आज आमच्याकडे कार्य आहे.

मी जरा घाईत आहे. आज नाही बोलता यायचं.'

माझं बोलणं ऐकताच तो तडक जाण्यासाठी वळला. पण दारापाशी घोटाळला. 'खोकीला एकदा पाहता नाही का येणार?'

त्याला बिचाऱ्याला मिनी मोठी झाली असेल, असं वाटत नसावं. त्याच्या डोळ्यांसमोर ती पूर्वीचीच मिनी असावी. 'काबुलीवाला, ओ काबुलीवाला' असं म्हणत ती धावत येईल, आपण पूर्वीप्रमाणेच तिच्याशी हास्यविनोद करू, अशीच त्याची कल्पना असावी. म्हणूनच त्यानं त्याच्या देशातल्या माणसाकडून द्राक्षाची पेटी आणि एका पुडीत बदामबेदाणे बांधून आणले होते. आता त्याच्याकडे त्याची ती झोळी कुठं होती?

मी सांगितलं, 'आज घरात खूप गडबड आहे. भेट होणं शक्य नाही.'

एवढंसं तोंड करून तो काही वेळ उभा राहिला. मग त्यानं माझ्याकडे निरखून पाहिलं आणि 'बाबू, सलाम' असं म्हणून तो दाराबाहेर पडला.

मला ओशाळल्यासारखं झालं. त्याला हाक मारावी असा मी विचार करत असतानाच तो पुन्हा परत फिरला. माझ्यापाशी येऊन तो म्हणाला, 'ही द्राक्षं आणि सुकामेवा खोकीसाठी आणला होता. तिला द्या.'

मी ते घेतलं आणि त्याचे पैसे द्यायला लागलो तेव्हा माझा हात धरून तो म्हणाला, 'बाबू, कृपा करून मला पैसे देऊ नका. आपली आठवण मला जन्मभर राहील. आपल्या खोकीसारखीच माझीही मुलगी आहे माझ्या देशात. मी आपल्या खोकीत माझी बच्ची पाहतो. म्हणून खाऊ घेऊन येतो. सौदा करायला नाही येत, बाबू!'

त्यानं आपल्या ढिल्याढाल्या अंगरख्याच्या खिशातून एक कागद बाहेर काढला आणि तो काळजीपूर्वक उलगडून माझ्या टेबलावर ठेवला. त्या कागदावर एका चिमुकल्या हाताचा ठसा होता. फोटो नाही, चित्र नाही, एक ठसा. आपल्या मुलीची ही आठवण छातीशी कवटाळून रहमत कलकत्त्याच्या रस्त्यावर सुकामेवा विकत असे. त्या छोट्या हाताच्या ठशाचा नाजूक स्पर्श त्याच्या भल्यामोठ्या हृदयातल्या विरहाग्नीवर अमृताचा शिडकावा करत असे.

तो कागद पाहताच माझे डोळे भरून आले. तो एक सामान्य काबुलीवाला आहे आणि मी एक उच्चकुलीन ब्राह्मण, हा भेद मी विसरून गेलो. तो माझ्यासारखाच असल्याची मला जाणीव झाली. तो बाप होता तसाच मीही एक बाप होतो. पर्वतातल्या एका घरात राहणाऱ्या त्या चिमुकल्या पार्वतीच्या हाताच्या ठशानं मला माझ्या मिनीची आठवण करून दिली. मी ताबडतोब मिनीला बाहेर बोलावलं. तिला बाहेर पाठवण्यावरून घरातून खूपच विरोध झाला. पण मी तिकडे लक्ष दिलं नाही.

लाल साडी, कपाळावर चंदनाची नक्षी अशा वधूवेषात मिनी लाजत लाजत येऊन माझ्याजवळ उभी राहिली.

तिला पाहताच काबुलीवाला प्रथम बुचकळ्यातच पडला. त्यांचा पूर्वीचा संवाद जमणं शक्यच नव्हतं. शेवटी हसून त्यानं विचारलं, 'खोकी, सासरी निघालीस?'

मिनीला आता 'सासर'चा अर्थ कळला होता. म्हणून तिनं पूर्वीसारखं उत्तर दिलं नाही. रहमतचा प्रश्न ऐकून ती लाजली आणि मान खाली घालून उभी राहिली. मला काबुलीवाला आणि मिनी ह्यांची पहिली भेट आठवली आणि वाईट वाटलं.

मिनी आत जाताच एक मोठा सुस्कारा सोडून रहमतनं जमिनीवर बसकणच मारली. त्याला कळून चुकलं की त्याची बच्चीही आता इतकी मोठी झाली असेल की तिच्याबरोबर आता नव्यानं ओळख करून घ्यायला लागेल. ती आता पूर्वीसारखी नक्कीच राहिली नसेल. ह्या आठ वर्षांत तिचं काय झालं असेल कोण जाणे! शरदातल्या सुंदर सकाळी कोवळ्या उन्हात सनईचे सूर घुमत होते आणि रहमत कलकत्त्याच्या एक गल्लीत बसून अफगाणिस्तानातल्या डोंगरदऱ्या पाहत होता.

मी एक नोट उचलून त्याला दिली आणि म्हणालो, 'रहमत, तू तुझ्या देशाला जाऊन तुझ्या बच्चीला भेट. त्यातच माझ्या मिनीचं कल्याण आहे.'

रहमतला पैसे दिल्यामुळे लग्नसमारंभातल्या एक-दोन गोष्टींना छाट द्यावी लागली. आधी ठरवल्याप्रमाणे रोषणाई करता आली नाही, वाजंत्रीलाही फाटा द्यावा लागला. त्यामुळे घरातली बायकामंडळी नाराज झाली. पण एका मंगल प्रकाशानं आमच्या घरचा समारंभ उजळून निघाला, असं मला तरी वाटलं.

❑

बलाई

पृथ्वीवरच्या सजीवांच्या उत्क्रांतीत अनेक टप्पे आहेत. त्यांतील अखेरचा टप्पा म्हणजे मानवी जीवन, असं मानलं जातं. समाजात वावरणाऱ्या ह्या माणसांमध्ये अनेक प्राणी दडलेले असतात हे आपल्याला माहीत आहेच. खरं तर अंतरात दडलेल्या अनेक प्राण्यांच्या मिश्रणातूनच आपण ज्याला 'माणूस' म्हणतो तो घडलेला असतो. ह्या 'माणसा'त वाघ आणि गाय, साप आणि मुंगूस एकत्र नांदत असतात. किंवा माणसाला संगीताची उपमा पण देता येईल. सात स्वरांच्या विशिष्ट बंदिशीतून रागिणी तयार होते. एकदा रागिणी बांधली गेली की तिच्यात फेरबदल करता येत नाही. पण संगीतात प्रत्येक स्वराचं एक वेगळं वैशिष्ट्य असतंच. एखादा मध्यम असतो, एखादा पंचम असतो तर एखादा कोमलगंधार असतो.

माझ्या पुतण्याच्या स्वभावाचा मूळ स्वर होता 'तरुपल्लव' आणि तो अगदी तीव्र होता. माझ्या पुतण्याचं नाव बलाई. लहानपणापासूनच चूपचाप बसून सर्व निरखण्याची त्याला सवय होती. उगाच चळवळ करणं, इकडे तिकडे भिरभिरणं त्याच्या स्वभावातच नव्हतं. पूर्वेच्या आकाशात काळ्या ढगांची गच्च दाटी झाली की पावसाळी ओलसर हवा श्रावणातील हिरवाईच्या गंधानं त्याचं मन भारून टाकत असे. पावसाची झिमझिम ऐकताना त्याचा सबंध देहच कान होत असे. दुपारी गच्चीत ऊन ऐसपैस पसरायचं. तेव्हा हा उघड्या अंगानं गच्चीवर जाऊन बसायचा. त्याला असं बसलेलं पाहिलं की वाटायचं संपूर्ण आकाशातून काहीतरी ओढून घेऊन तो आपल्यात साठवून ठेवतोय. माघाच्या अखेरीला आंबा मोहरताच आनंद त्याच्या रोमारोमातून उसळायचा. फाल्गुनात शालबन जसं फुलून येतं तशीच एखादी सुप्त, गूढ आठवण अचानक त्याच्या मनात मोहरून यायची, मनात आनंद दाटून यायचा. अशा वेळी एकट्यानंच आपल्या मनाशीच बोलत बसावं असं त्याला वाटायचं. एखादी गोष्टही सांगावीशी वाटायची - त्यानं ऐकलेल्या गोष्टींतूनच मोडतोड करून जुळवलेली गोष्ट, खूप खूप वर्षांपूर्वीची, कोणे एके काळची, लोककथेतील जुन्या वडाच्या ढोलीत घरटं बांधून राहणाऱ्या बोलक्या पक्ष्यांची. मोठे मोठे डोळे कुतूहलानं विस्फारून

पाहणारा हा पोर फारसं बोलत नसे. मात्र विचारात सतत गढलेला असे.

बलाईला घेऊन एकदा मी पहाडावर गेलो होतो. तिथं आमच्या घरासमोर हिरवंगार गवत पसरलं होतं. डोंगरावरून उलगडत येऊन दरीपर्यंत फैलावलेला हा हिरवागार गालिचा पाहून तो हरखून गेला. त्याच्या दृष्टीनं हे गवत स्थिर नव्हतंच. ते रांगत, लोळत डोंगरावरून येऊन दरीत जाऊन पहुडलं होतं. मग तोही गवतावर लोळण घ्यायचा. त्याचा अवघा देहच गवत होऊन जायचा. गवताची पाती त्याच्या कानाला गुदगुदल्या करायची, मग तो खदखदून हसायचा.

रात्री पाऊस पडून गेल्यावर सकाळचं कोवळं ऊन देवदारांवर पडायचं तेव्हा कोणालाही न सांगता बलाई एकटाच जाऊन देवदाराच्या खाली उभा राह्यचा. त्या प्रचंड झाडात वसती करणारा माणूस त्याला जणू दिसत असे, त्याला काहीतरी निगूढ जाणीव होत असे. ते एकमेकांशी बोलू शकत नसले तरी एकमेकांना ओळखत. त्या प्रचंड देवदारातला माणूस होता खूप म्हातारा, 'एक होता राजा'च्या काळातला, आजोबांसारखा.

बलाईची कल्पना फक्त आकाशातच भरारी मारत असे, असं नाही, ती मातीजवळही पोहोचत असे. आमच्या बागेत खाली वाकून तो नेहमीच काहीतरी शोधत असे. एखादा छोटासा कोंब जेव्हा आपलं डोकं जमिनीतून वर काढायचा तेव्हा बलाईचं कुतूहल शिगेला पोहोचायचं. रोज तो त्या कोंबाला विचारत असावा, 'पुढे?' 'पुढे काय?' तो कोंब म्हणजे जणू काही बलाईची कधीच न संपणारी, अमर कहाणी! नुकत्याच फुटलेल्या त्या कोवळ्या पानांशी त्याची असलेली गूढ मैत्री तो कशी कुणाला सांगणार! मग ती पानंच त्याला विचारावं की नाही म्हणून चुळबुळत राहत असावीत. कधी कधी धाडस करून विचारीत असावीतही, 'ए, नाव काय रे तुझं? तुझी आई कुठं आहे?'

बलाई मनातल्या मनातच उत्तर देत असावा, 'मला आई नाही.'

बलाईला झाडाचं फूल तोडलेलं अजिबात आवडत नसे. पण त्याच्या अशा आवडी-निवडीला कोणीही किंमत देणार नाही, हेही तो समजून असे. म्हणूनच त्याला एखादी गोष्ट आवडली नाही, एखाद्या गोष्टीचं वाईट वाटलं, तरी तो ते दाखवत नसे. त्याच्या वयाची मुलं झाडांना दगड मारत; चिंचा, आवळे पाडत तेव्हा तो काहीही न बोलता तिथून निघून जात असे. त्याचे दोस्त त्याला चिडवण्यासाठी बागेतून जाताना आजूबाजूच्या झुडपांना शिपटीनं झोडपत, एखाद्या फूलझाडाची फांदीच मोडत. अशा वेळी सगळे हसतील, चिडवतील, रडूबाई म्हणतील म्हणून बलाई डोळ्यांतलं पाणी कसंबसं आवरत असे.

ज्या दिवशी माळी बागेतलं गवत, तण काढून टाकून बाग स्वच्छ करत असे, त्या दिवशी बलाईला खूप वाईट वाटत असे. तो त्याच्या आयुष्यातील

एक अतिशय वाईट दिवस असे. कारण गवतात मध्येच एखादी छोटीशी वेल पसरलेली असे; नखाएवढी बैंगणी, पिवळी फुलं फुललेली असत; एखाद्या ठिकाणी काटेरिंगणी उगवलेली असे; तिच्या निळ्या फुलातला सोनेरी ठिपका खुलून दिसत असे; कडेनं काराईत, अनंतमूल वाढलेलं असे; पक्ष्यांनी खाऊन टाकलेल्या लिंबोळ्यांतून छोटी छोटी रोपटी अंकुरलेली असत.त्यांची कोवळी पानं किती सुंदर दिसत! पण हे सगळं ती दुष्ट खुरपणी खुरपून टाकत असे. ही शोभिवंत झाडं नव्हती. कोणी ती मुद्दाम लावलेली नव्हती. त्यांची तक्रार ऐकणार तरी कोण?

एके दिवशी बलाई त्याच्या काकीला बिलगून म्हणाला, 'माळ्याला सांग ना ग ही छोटी छोटी झाडं तोडू नकोस म्हणून!' काकी म्हणाली, 'अरे, असं वेड्यासारखं काय करतोस? हे माजलेलं रान स्वच्छ केलंच पाहिजे.'

'काही दु:ख ही फक्त आपल्यालाच आहेत,' हे बलाई फार पूर्वीपासूनच समजून चुकला होता. इतरांना ती समजणं शक्यच नव्हतं.

ज्या दिवशी सागराच्या गर्भामधून नुकत्याच वर आलेल्या ओल्या मातीतून अरण्यानं प्रथम टाहो फोडला, त्याच दिवशी ह्या पोराचा जन्म झाला असावा. त्याचं खरं वय कोट्यवधी वर्षांचं असावं– त्या वेळी पशुपक्षी नव्हते; जीवनाचा कोलाहल नव्हता. चहूकडे होते दगड, चिखल आणि पाणी. काळाच्या प्रवाहाचा विचार केला तर सर्वप्रथम निर्माण झाल्या वनस्पती. सूर्याला हात जोडून झाड म्हणाले, 'मी आहे. मी जगेन. मी आहे निरंतर प्रवासी. मृत्यूमधल्या चिरंतन जीवनाच्या विकासतीर्थाकडे मी रात्रंदिवस, उन्हापावसातून जात राहीन.' हा घोष आजही वनावनातून, डोंगरदऱ्यांतून दुमदुमत असतो. पानापानातून, फांद्याफांद्यातून धरतीच्या प्राणाचे बोल घुमतात, 'मी आहे. मी आहे.' विश्वचैतन्याची ही मूक धात्री वनस्पतियुगापासून द्युलोकाला दोहत आहे; पृथ्वीच्या अमृतभांडारात जीवनाचं तेज, रस व लावण्य साठवत आहे; तिचे सतत उंचबळून येणारे अधीर बोल असतात, 'मी आहे. मी आहे.' हे बोल बलाईच्या देहातून, रक्तातून घुमत. त्याला ते ऐकू येत. हे ऐकून माझी मात्र हसता हसता पुरेवाट झाली.

एके दिवशी सकाळी मी वर्तमानपत्र वाचण्यात गढून गेलो होतो. तेवढ्यात बलाई धावत आला आणि मला ओढत ओढतच बागेत घेऊन गेला. बागेत मध्येच एक लहानसं रोपटं उगवलं होतं. ते दाखवत त्यानं मला विचारलं, 'काका, हे कसलं झाड आहे हो?'

ते सावरीचं रोपटं होतं आणि बागेत येण्याजाण्याच्या वाटेवरच उगवलं होतं.

अरेरे! बलाईनं मला दाखवण्यात फारच मोठी चूक केली होती. तान्हुल्याच्या पहिल्यावहिल्या ट्यांहासारखा असणारा तो कोंब बलाईच्या नजरेला पडला होता.

मग रोज थोडं थोडं पाणी घालत तो त्याला वाढवत होता. सकाळ - संध्याकाळ त्याच्यापाशी बसून त्याची वाढ तो काळजीपूर्वक निरखत होता. सावर वाढते भराभर. पण बलाईच्या अधीरतेपुढे तिचा वेग कमीच होता. जेव्हा ते रोप वीत - दोन वीत उंच झालं तेव्हा त्याची पानं बघून बलाई हरखून गेला. त्याला ते रोप फार वेगळं वाटलं. लहानग्यानं काही हिकमत करून दाखवली की आपण एकदम चकित होतो. बलाईची स्थिती अगदी तशीच झाली होती. म्हणूनच त्यानं मला ओढत नेऊन ते रोपटं दाखवलं होतं.

'अरे, माळ्याला हे उपटून टाकायला सांगितलं पाहिजे.' मी चटकन् बोलून गेलो. माझं बोलणं ऐकून बलाईला धक्काच बसला. तो मला म्हणाला, 'काका, नका न हो उपटू हे झाड.'

'अरे, तुला कसं कळत नाही? हे मध्येच उगवलंय. मोठं झालं की सगळीकडे कापूस उडेल. जीव हैराण होईल बघ!'

मी ऐकत नाही असं दिसताच बलाईनं त्याच्या काकीकडे धाव घेतली. काकीच्या गळ्यात पडून तो हुंदके देत रडायला लागला. 'काकी, तू तरी सांग ना काकांना. म्हणावं ते झाड तोडू नका.'

ही मात्रा एकदम लागू पडली. त्याच्या काकीनं मला बजावलं, 'ऐकलंत का! ते झाड उपटू नका. राहू द्या तिथंच.'

मला ऐकावंच लागलं. बलाईनं मला ते रोप दाखवलं नसतं तर कदाचित माझं त्याकडे लक्षही गेलं नसतं. पण आता मात्र रोजच त्याच्याकडे नजर वळायला लागली. वर्षभरात ते झाडं निर्लज्जासारखं फोफावलं. बलाईला तर ते जीव की प्राण होतं. एखाद्या मठ्ठासारखं ते मध्येच उभं होतं. त्याला कशाचाच धरबंध नव्हता. 'हे इथं मध्येच कसं?' असा प्रश्न पाहणाऱ्याला पडायचा. आणखी दोन - चार वेळा त्याला देहदंड देण्याचा प्रयत्न केला. पण काही जमलं नाही. 'तुला सुंदर गुलाबाची रोपं आणून देतो.' अशी लालूचही मी बलाईला दाखवली. पण त्याचाही उपयोग झाला नाही. अखेर मी बलाईला म्हटलं, 'तुला सावरीचंच झाड आवडत असेल तर मी सावरीचंच दुसरं एक रोपटं आणतो. आपण ते बागेच्या एका कडेला लावू या. मग बघच, कसं सुंदर दिसेल ते!'

पण हे झाड तोडायचं म्हणताच बलाई कासावीस व्हायचा. मग त्याची काकी त्याला पाठीशी घालायची 'राहू द्या ना ते झाड! इतकं काही वाईट दिसत नाही!'

माझ्या वहिनी वारल्या तेव्हा बलाई अगदी लहान होता. बायको गेली म्हणून दादाला खूप वाईट वाटलं. मग मागचा पुढचा विचार न करता इंजिनियर होण्यासाठी तो विलायतेला निघून गेला. बलाई आमच्याकडेच राहिला. आम्हालाही मूलबाळ नव्हतंच. त्याच्या काकीनं त्याला पोटच्या पोरासारखं वाढवलं. दहा एक

वर्षानंतर दादा विलायतेहून परत आला. बलाईलाही विलायतेलाच शिकायला पाठवायचं असं त्यानं ठरवलं. पण त्या आधी त्यानं बलाईला सिमल्याला पाठवलं. तिथून पुढे तो विलायतेला जाणार होता.

बलाईनं रडत रडतच आमचं घर सोडलं. तो गेला आणि आम्हा दोघांना घर खायला उठलं.

अशीच दोन वर्षं सरली. ह्या दोन वर्षांत बलाईची काकी त्याच्या खोलीत जायची; त्याचे जुने बूट, एक रबरी फाटका बॉल, गोष्टीचं चित्रांचं पुस्तक उगाचच इकडचं तिकडं ठेवायची आणि हळूच डोळे पुसायची. आता बलाई किती मोठा झाला असेल, हाच विचार तिच्या डोक्यात घोळत असायचा.

एकदा माझ्या अचानक लक्षात आलं की ते बेशरम झाड खूपच उंच झालं होतं. आता त्याला तिथं राहू देणं अजिबात शक्य नव्हतं. मी ते तोडून टाकलं.

नेमकं त्याच वेळेस बलाईचं सिमल्याहून पत्र आलं. पत्रात त्यानं आपल्या काकीला लिहिलं होतं, 'काकी, मला त्या माझ्या आवडत्या झाडाचा एक फोटो पाठव. पाठवशील ना?'

विलायतेला जाण्यापूर्वी बलाई आम्हाला एकदा भेटून जाणार होता. आधी तसंच ठरलं होतं. पण आता त्याला इथं यायला वेळ नव्हता. म्हणून त्यानं आपल्या जिवलग मित्राचा फोटो काकीजवळ मागितला होता. बलाईच्या काकीनं मला हुकूम केला, 'ताबडतोब एका चांगल्या फोटोग्राफरला बोलवा.'

'कशाला?' मी आश्चर्यानं विचारलं. तिनं बलाईचं पत्र माझ्या हातात ठेवलं. मी ते वाचलं आणि म्हणालो, 'आताच तर ते झाड मी तोडून टाकलं.'

त्यानंतर दोन दिवस बलाईची काकी अन्नाला शिवली नाही. बरेच दिवस तिनं माझ्याशी अबोला धरला होता. बलाईच्या वडलांनी बलाईला तिच्यापासून दूर नेलं. खरं तर तो तिचाच होता.आणि आज.... बलाईच्या चुलत्यानं त्याचं आवडतं झाडही तोडून टाकलं होतं. तिच्या मनाला ही गोष्ट खूप लागली. तिचं हृदय रक्तबंबाळ झालं होतं.

ते सावरीचं झाड बलाईच्या काकीच्या दृष्टीनं त्याचं दुसरं रूपच होतं. बलाईला ती त्या झाडात पाहत होती.

(पूर्वप्रसिद्धी - निसर्गसेवक दिवाळी २००२)

❑

सुटी

मुलांचा सरदार फटीक चक्रवर्तीच्या मनात एक नामी कल्पना आली. गावातल्या कोणीतरी, शीडकाठी बनवण्यासाठी, एक ओंडका नदीकाठी आणून टाकला होता. बरेच दिवस तो तसाच पडून होता. सगळ्यांनी मिळून तो ढकलत ढकलत दूर नेऊन टाकायचा, असं ठरलं. ओंडका जागेवरचा हललेला पाहून ओंडक्याच्या मालकाची तारांबळ उडणार होती आणि मुलांना त्यातच गंमत वाटणार होती.

सगळेजण कमर कसून तयार झाले. इतक्यात नेहमीप्रमाणेच माखनला रंगाचा बेरंग करायची लहर आली. माखन फटीकचा धाकटा भाऊ. तो अतिशय गंभीर चेहरा करून त्या ओंडक्यावरच जाऊन बसला. मुलांनी प्रथम त्याला समजावून सांगितलं, मग धाक दाखवला, थोडंसं ढकललंही. पण स्वारी काही तिथून हलेना. फटीकनंही त्याला दटावलं, 'मुकाट्यानं ऊठ तिथून. उतरतोस की नाही? नाहीतर मार खाशील बघ!' पण माखन ढिम्म बसून राहिला. तिथून उठण्याचं तर सोडाच उलट जास्तच सावरून बसला. त्याला दोन ठेवून द्याव्यात, असं फटीकच्या मनात आलं. पण नंतरच्या परिणामाचा विचार करून त्यानं हात आवरता घेतला. शिवाय त्याच्या डोक्यात आता आणखी एक नवी कल्पना आली होती. माखनसकट ओंडका ढकलला तर? त्यानं आपली ही कल्पना मुलांपुढे मांडताच, सर्वांनीच ती उचलून धरली. माखनला तर हा त्याचा सन्मानच वाटला. मागचा पुढचा काहीही विचार न करता सगळ्यांनी मिळून ओंडका ढकलायला सुरुवात केली. पण पुढच्याच क्षणी तोल सांभाळता न आल्यानं माखन खाली पडला. ते पाहून मुलं खिदळली. हा आपला फार मोठा अपमान आहे, असं माखनला वाटलं आणि चिडून तो त्याच्या दादालाच मारायला लागला. त्यानं फटीकला गुद्दे लगावले आणि बोचकारलंसुद्धा. मग भोकाड पसरलं. मुलांचा खेळ मोडला. सगळे माखनवर चिडले. माखन रडत रडत घरी गेला. मग इतर मुलंही हिरमुसल्या मनानं घराकडे वळली. फटीक मात्र तिथून हलला नाही. त्यानं गवताच्या काड्या तोडल्या आणि त्या चघळत चघळत तो घाटाला बांधलेल्या एका नावेत जाऊन बसला.

तेवढ्यात एक बाहेर गावाहून आलेली नाव घाटाला लागली. त्या नावेतून एक प्रौढ, सभ्य गृहस्थ उतरले. त्यांच्या मिशा काळ्या होत्या पण केस पिकले होते. त्यांनी फटीकला विचारलं, 'चक्रवर्ती कुठं राहतात रे?' 'त्या तिकडे.' फटीकनं काडी चावता चावता उत्तर दिलं. पण 'त्या तिकडे' म्हणजे नेमकं कुठं हे त्या गृहस्थांना समजलं नाही. म्हणून त्यांनी पुन्हा विचारलं, 'कुठं?'

'माहीत नाही.' असं तुसडेपणानं उत्तर देऊन फटीक काडी चघळण्यात रंगून गेला. मग त्या गृहस्थांनी आजूबाजूच्या दुसऱ्या कोणालातरी चक्रवर्तींचा पत्ता विचारला आणि ते चक्रवर्तींच्या घराकडे निघून गेले.

तेवढ्यात बाघा बागदी धावत धावत आला आणि फटीकला म्हणाला, 'फटीकदादा, आईंनी बोलावलंय.'

'येत नाही म्हणून सांग.' फटीक रागानं म्हणाला. घरी गेल्यावर काय होईल हे तो जाणून होता. पण बाघानं त्याचं म्हणणं मनावर घेतलं नाही. त्यानं फटीकला बळजबरीनं उचलून घेतलं. फटीकनं खूप आरडाओरड केली, पाय झाडले. पण बाघापुढे त्याचं फारसं काही चाललं नाही.

फटीकनं घरात पाऊल टाकताच त्याच्या आईनं चंडीचा अवतार धारण केला. 'तू पुन्हा माखनला मारलंस ना? थांब. बघतेच तुझ्याकडे.'

'नाही. मी नाही मारलं.'

'मारतोस तर मारतोस आणि वर खोटं बोलतोस!' फटीकच्या आईचा पारा आता चांगलाच चढला होता.

'मी नाही मारलं त्याला. अजिबात नाही. विचार ना त्यालाच.'

आईनं माखनला पुन्हा विचारताच त्यानं आपलं पूर्वीचंच पालुपद गायलं, 'आई, ह्यानंच मारलं ग मला!'

त्याचं खोटं बोलणं आता मात्र फटीकला सहन करणं शक्य झालं नाही. 'पुन्हा खोटं?' असं म्हणून त्यानं माखनला दोन सणसणीत ठेवून दिल्या. आईनं माखनचीच बाजू घेतली आणि फटीकच्या पाठीत तिनं तीन-चार गुद्दे घातले. फटीकनं आईला ढकललं तेव्हा मात्र आई चांगलीच संतापली. 'मला ढकलतोस?' असं म्हणत तिनं हात उगारला. तेवढ्यात मघाशी घाटावर उतरलेले गृहस्थ घरात शिरले.

त्या गृहस्थांना पाहताच फटीकच्या आईच्या आश्चर्याला आणि आनंदाला पारावार राहिला नाही. 'अरे दादा, तू इकडे कसा?' असं म्हणत तिनं त्या गृहस्थांना खाली वाकून नमस्कार केला. बहीण-भावाची पुष्कळ वर्षांनी भेट होत होती.

फटीकच्या मामाचं नाव विश्वंभर. ते बरीच वर्षं कामाच्या निमित्तानं परदेशातच

होते. देशात परत येताच ते आपल्या बहिणीला भेटायला आले होते. बहिणीला दोन मुलं झाली, ती मोठी झाली, तिचे यजमान वारले, एवढं सगळं घडूनही भावाची एकदाही भेट झाली नव्हती. आज बऱ्याच वर्षांनी विश्वंभरबाबू बहिणीकडे आले होते. काही दिवस खूपच आनंदात गेले. विश्वंभरबाबूंचा परत जाण्याचा दिवस जवळ येऊन ठेपला, तेव्हा बोलता बोलता फटीकच्या आईनं माखन कसा शहाणा आहे, शांत आहे, त्याला अभ्यासाची कशी आवड आहे, हे खुलवून, सविस्तर वर्णन करून सांगितलं आणि मग फटीकची तक्रार केली, 'दादा, हा फटीक मात्र मला त्रास देतो बघ! सारखा माखनच्या खोड्या काढतो, त्याला मारतो. फटीकचं वागणं माखनच्या अगदी उलट.' बहिणीची ही तक्रार ऐकताच विश्वंभरबाबूंनी फटीकला स्वत:च्या घरी कलकत्त्याला घेऊन जाण्याचा बेत केला. ते म्हणाले, 'हे बघ, कलकत्त्याला मी त्याला चांगल्या शाळेत घालेन.'

फटीकची आई ह्या गोष्टीला लगेचच तयार झाली. तिनं फटीकला विचारलं, 'काय रे, मामाबरोबर जातोस का कलकत्त्याला?'

'हो. हो.' म्हणत फटीकनं आनंदानं उडीच मारली.

फटीकला कलकत्त्याला पाठवण्यास त्याची आई चटकन् तयार झाली ह्याला काही कारणंही होतीच. फटीक केव्हा काय करेल ह्याचा काही नेम नाही अशी भीती तिला सतत वाटायची. तो माखनला नुसता मारणारच नाही तर एखाद्या वेळेस नदीत ढकलूनसुद्धा देईल. पण फटीकचा इथून जाण्याचा उत्साह पाहून ती थोडी बेचैनही झाली.

फटीकचा उत्साह तर शिगेला पोहोचला होता. 'कधी जायचं,' 'कधी जायचं' असं विचारून त्यानं मामाला भंडावून सोडलं होतं. त्याला रात्री नीट झोपही येत नव्हती.

कलकत्त्याला जाण्यापूर्वी फटीकनं आपला भोवरा, पतंग, असारी, गळ– अशी सर्व संपत्ती माखनला देऊन टाकली.

मामाच्या घरी पोहोचताच त्याला पहिली मामीच भेटली. आपल्या संसारात आणखी एकाची भर पडलेली पाहून ती मनातून खट्टू झाली. तिची तीन मुलं होतीच. तिनं त्याप्रमाणे आपल्या संसाराची घडी बसवली होती. अचानक ह्या बारा-तेरा वर्षांच्या मुलाची भर म्हणजे संसाराची घडी थोडी विस्कटणारच. त्यातून हा मुलगा तर अगदीच गावंढळ, अडाणी आणि अगदीच नवखा. एवढं वय होऊनही आपल्या नवऱ्याला अजिबात व्यवहार कळत नाही, असंच तिचं पक्कं मत झालं.

तेरा-चौदा वर्षांचं वय मुलांच्या दृष्टीनं फार विचित्र असतं. त्यांच्यात

कसलंच आकर्षण नसतं. कोणीही त्यांना कशातच जमेस धरत नाही. प्रेमाची ओळख त्यांना नसते. त्यांच्याशी जवळीक साधायचीही कोणाला फारशी इच्छा नसते. मोठी माणसंही त्यांना तितकंसं समजून घेत नाहीत. त्यांना तशी गरजच वाटत नाही. हे वय म्हणजे धड ना बालपण, धड ना तारुण्य. त्यामुळे कधी ह्या वयाच्या मुलाचं बोलणं लहान मुलांसारखं वाटलं तर सगळे पोरकट, बेअक्कल म्हणून चेष्टा करतात आणि मोठ्या माणसासारखं वागलं तर अकाली प्रौढत्व आलंय म्हणून टिंगल करतात.

ह्या वयात मुलांची उंची एकदम वाढायला लागते, कपडे अपरे व्हायला लागतात आणि त्यामुळे चार लोकांत वावरताना मुलं अगदी ओशाळी होतात. लहानपणचा आवाजातला गोडवा नाहीसा होतो, आवाज फुटायला लागतो आणि लोकांना मनातल्या मनात का होईना हसायला एक कारण मिळतं. लहान मुलांच्या आणि तरुण मुलांच्या अनेक चुका माफ केल्या जातात पण ह्या अर्धवट वयातल्या अजाणता झालेल्या, चुकाही असह्य वाटतात.

ह्या वयातल्या मुलांना सतत वाटत असतं की आपला ह्या जगात कोणाशीही मेळ बसत नाही. आपण कोणाशीही आपण संवाद साधू शकत नाही. म्हणून ती लाजतात, बुजतात, केविलवाणी दिसतात. ह्या वयातली मुलं आपुलकी मिळाली नाही, प्रेम मिळालं नाही, तर जास्तच दुखावली जातात आणि एखाद्याकडून आपुलकी, जिव्हाळा मिळाला तर ती त्या माणसासाठी वाटेल ते करायला तयार असतात. पण मोठी माणसं ह्या वयातल्या मुलांशी जरा कडकच वागतात. कारण अशा वयातल्या मुलांशी प्रेमानं वागणं म्हणजे त्यांचे फाजील लाड करणं, अती कोडकौतुक करणं, असंच ती समजतात. त्यामुळे ह्या वयातली मुलं रस्त्यावरच्या कुत्र्याप्रमाणे दीनवाणी होतात.

तेव्हा ह्या वयाच्या मुलांना आपलं घर, आपली आई ह्यांना सोडून एखाद्या अनोळखी घरी राहणं म्हणजे संकट वाटल्यास नवल नाही. सभोवतालचं निष्प्रेम, वैराण वातावरण त्यांना सलत राहतं. ह्या वयात स्त्री ही श्रेष्ठ, स्वर्गलोकातील देवता वाटते. त्यामुळे कोठल्याही स्त्रीकडून उपेक्षा झाल्यास ती सहन करणं अतिशय कठीण होतं.

आपल्या मामीला आपण आवडत नाही, तिला आपण नकोसे आहोत, हे फटीकला फार लागत असे. त्यामुळे मामीनं त्याला चुकून एखादं काम सांगितलं की त्याला खूप आनंद होत असे. उत्साहाच्या भरात त्याला जास्तीच सुरीसुरी येत असे. अशा वेळी 'पुरे झालं, बाबा! आणखी नको तुझं काम. आता तुझं काम कर जा. अभ्यास कर.' असं म्हणून ती त्याच्या उत्साहावर पाणी फिरवत असे. मामीच्या अशा बोलण्यानं त्याचा हिरमोड होत असे.

घरात अशी हिडिसफिडीस आणि बाहेर कुठं जायची सोय नाही. त्यामुळे चार भिंतीत अडकून पडून गावच्या आठवणी काढत बसण्याशिवाय फटीकला दुसरं काहीच करता येत नव्हतं.

गावातल्या मोकळ्या रानात भला मोठा पतंग उडवणं, पतंगापाठोपाठ आरडाओरडा करत धावणं, 'ताईरे नाईरे नाईरे ना...' असं स्वत:च जुळवलेलं गाणं म्हणत उगाचच नदीकाठी भटकणं, दिवसा वाटेल तेव्हा नदीत डुंबणं, ते मित्राचं टोळकं, त्या खोड्या, ते स्वातंत्र्य ह्या सगळ्याची त्याला आठवण येतच असे. पण सर्वांपेक्षा जास्त आठवण यायची ती सतत रागावणाऱ्या आणि मारणाऱ्या आईची.

तो अडाणी, गोंधळलेला, वेडाविद्रा पोर आईकडे जाण्यासाठी तळमळू लागला. आईबद्दल वाटणारं प्रेम त्याला सांगता येत नव्हतं पण जाणवत होतं. आईला भेटण्यासाठी तो व्याकुळ झाला होता. संध्याकाळ होताच गाईचं वासरू जसं आईसाठी हंबरू लागतं तसंच त्याचं मन 'आई,' 'आई' करून रडत असे.

शाळेत फटीकला सगळे 'ढ' समजत. त्याचं कशातच लक्ष नसे. त्याला प्रश्न विचारताच तो 'आ' वासून पाहत राह्यचा. एखाद्या ओझं लादलेल्या गाढवासारखा तो मास्तरांचा मार निमूटपणे खायचा. सुटीत मुलं खेळत तेव्हा वर्गाच्या खिडकीत उभं राहून तो आजूबाजूची घरं निरखीत असे. एखाद्या घराच्या गच्चीवर कधी कोणी खेळताना दिसलं की त्याच्या मनात चलबिचल व्हायची.

अखेर एके दिवशी धीर करून फटीकनं त्याच्या मामाला विचारलं, 'मामा, मी आईकडे कधी जायचं?'

'शाळेला सुटी पडली की.'

बाप रे! दुर्गापूजेची सुटी तर कार्तिक महिन्यात असते. म्हणजे अजून खूप दिवस होते.

एके दिवशी फटीकच्या हातून त्याचं पुस्तक हरवलं. आधीच तो अभ्यासात मागे होता. त्यातून पुस्तक हरवलं! तो अगदी रडवेला झाला. शाळेत रोज त्याला मास्तरांच्या हातचा प्रसाद मिळत असेच. त्यात आणखी भर पडली. शेवटी अशी स्थिती आली की त्याच्या मामेभावांनाही त्याची ओळख सांगायची लाज वाटायला लागली. त्याला मार बसला, शिक्षा झाली तर इतर मुलांपेक्षा त्याच्या मामेभावांनाच जास्त आनंद व्हायचा.

अगदीच अटीतटीला आल्यावर अखेर फटीकनं खाली मान घालून भीत भीत पुस्तक हरवल्याचं मामीला सांगितलं. हे ऐकताच मामी भडकली. 'छान झालं हो! तुला महिन्यात पाच वेळा पुस्तकं आणून देणं परवडणारं नाही. सांगून ठेवते!

फटीक एकही शब्द बोलला नाही. त्याच्यामुळे दुसऱ्यांचे पैसे वाया जात होते. आता त्याला आईचाच खूप राग आला. स्वत:चं दारिद्र्य, लाचारी पाहून त्याला मेल्याहून मेल्यासारखं झालं.

त्या दिवशी शाळेतून परत येताच त्याचं डोकं दुखायला लागलं. अंग मोडून आलं. आपल्याला ताप येणार आहे हे त्याला समजून चुकलं. आपण आजारी पडलो तर मामीला त्रास होईल, मामी खूप चिडेल! ह्या पोराला आजारी पडल्यावर आईशिवाय दुसऱ्या कोणाकडून सेवाशुश्रुषा करून घेण्यास लाज वाटायला लागली.

दुसऱ्या दिवशी सकाळपासून फटीकचा पत्ता नव्हता. आजूबाजूला शेजारीपाजारी चौकशी केली पण त्याचा ठावठिकाणा लागला नाही.

त्याच दिवशी रात्री कलकत्त्याला मुसळधार पाऊस पडला. त्यामुळे त्याला शोधायला गेलेल्यांना भिजावंही लागलं आणि त्याचा शोध लागला नाही तो नाहीच. अखेर विश्वंभरबाबूंनी पोलिसांना कळवलं. सबंध दिवस फटीकचा पत्ता लागला नाही. रात्रीही झिमझिम पाऊस पडतच होता, रस्त्यात गुडघाभर पाणी साठलं होतं. अशा वेळी पोलिसांची गाडी विश्वंभरबाबूच्या घरासमोर थांबली. दोन पोलिसांनी फटीकला धरूनच घरात आणलं. तो संपूर्ण भिजला होता, अंगाला चिखल लागला होता. त्याचे डोळे तापानं लाल झाले होते, तो थरथर कापत होता.

विश्वंभरबाबूंनी त्याला उचलून आत आणलं.

त्याला पाहताच मामीला वाचा फुटली, 'हे बघा, दुसऱ्याचं पोर. नसती कटकट. द्या त्याला त्याच्या घरी पाठवून.'

फटीकच्या मामांना काळजीमुळे दिवसभर काही सुचलं नव्हतं. स्वत:च्या मुलांनाही त्यांनी उगीचच दटावलं होतं. त्यांच्या पोटात अन्नाचा कण गेला नव्हता.

फटीक रडायला लागला. ओरडायला लागला, 'मला आईकडे जायचंय. मी जातो आईकडे.'

फटीकचा ताप खूप वाढला. रात्री तापात त्यानं बडबडायला सुरुवात केली. विश्वंभरबाबूंनी डॉक्टरांना बोलावलं.

फटीकनं एकदाच डोळे उघडून आढ्याकडे पाहत विचारलं, 'मामा, शाळेला सुटी लागली?'

विश्वंभरबाबूंच्या डोळ्यांना धारा लागल्या. त्या पोराचा हडकुळा हात हातात घेऊन ते बसून राहिले.

फटीक पुन्हा बरळायला लागला. 'आई, मला नको मारूस ग! खरंच सांगतो, मी काही केलं नाही ग!'

दुसऱ्या दिवशी फटीकनं डोळे उघडले. तो इकडेतिकडे बघायला लागला. जणू तो कोणाला तरी शोधत होता. अखेर भिंतीकडे तोंड करून तो झोपला.

विश्वंभरबाबूंनी त्याचं मन ओळखलं. त्याच्या कानाजवळ तोंड नेऊन ते पुटपुटले, 'फटीक बाळा, तुझ्या आईला आणायला पाठवलंय हं!'

आणखी एक दिवस उलटला. डॉक्टरांनी लक्षणं बरी नसल्याचं सांगितलं.

विश्वंभरबाबू फटीकजवळ बसून त्यांच्या बहिणीची मोठ्या अधीरतेनं वाट पाहत होते.

मामाबरोबर कलकत्त्याला येताना बराचसा प्रवास स्टीमरमधून करावा लागला होता. तेव्हा खलाशी पाण्यात दोर टाकून पाण्याची खोली मोजत आणि हेल काढून ती एकमेकांना सांगत. तापाच्या ग्लानीत फटीकही तसंच बरळायला लागला, 'एक बांओ मेले ना! दो बांओ मेले ना! ना... ना...' फटीक एका अथांग समुद्रात उतरला होता. त्याचा तळ त्याला सापडत नव्हता.

त्याच वेळी फटीकची आई धावत घरात शिरली आणि मोठ्यानं रडायला लागली. विश्वंभरबाबूंनी तिला कसंबसं शांत केलं. फटीकला मिठीत घेऊन ती रडत रडत त्याला जागं करण्याचा प्रयत्न करायला लागली. 'सोन्या रे, ए बाळा, बघ ना माझ्याकडे.'

फटीकनं उत्तरादाखल फक्त 'अं' असं केलं. तिनं पुन्हा त्याला हाक मारली. तेव्हा कोणाकडेही न पाहता कुशीवर वळत तो म्हणाला, 'आई, मला सुटी लागलीय. मी घरी जातो ग, आई!'

❑

गुप्तधन

(१)

अमावस्येच्या रात्री मृत्युंजय, कुलस्वामिनीची– जयकालीची– पूजा करत होता. ही पूजा तांत्रिक पद्धतीनं चालली होती. तो पूजा करून उठला तेव्हा शेजारच्या आमराईतून पहाटेची पहिली कावकाव झाली.

मृत्युंजयनं वळून पाहिलं. गाभाऱ्याचं दार बंद होतं. मग त्यानं देवीच्या पायावर डोकं टेकवलं आणि हळूच देवीची मूर्ती सरकवली. मूर्तीखाली एक फणसाच्या लाकडाची पेटी होती. जानव्यात अडकवलेल्या चावीनं मृत्युंजयनं त्या पेटीचं कुलूप काढलं आणि तो हादरलाच. त्यानं कपाळाला हात लावला.

मृत्युंजयच्या ह्या बागेला चहूबाजूंनी भिंत होती. बागेच्या एका टोकाला मोठमोठ्या झाडांच्या दाट सावलीत हे एक लहानसं देऊळ होतं. देवळात जयकालीच्या मूर्तीशिवाय काहीही नव्हतं. त्या लहानशा देवळाला एकच दार होतं. मृत्युंजयनं बराच वेळ पेटी उलटसुलट करून पाहिली. त्यानं उघडण्यापूर्वी तर ती नक्कीच बंद होती. कोणी उघडलेलीही नव्हती किंवा फोडली तोडलीही नव्हती. त्यानं दहा वेळा मूर्तीच्या चारी बाजूंना चाचपडून पाहिलं. पण काहीही मिळालं नाही. तो भांबावून गेला. गाभाऱ्याचं दार उघडून तो बाहेर आला तेव्हा नुकतंच फटफटू लागलं होतं. तो इकडे तिकडे उगाचच शोधत राहिला.

उजाडताच तो बाहेरच्या लहानशा सभामंडपात बसून डोक्याला हात लावून विचार करायला लागला. रात्रीच्या जागरणानं शरीर थकलं होतं. डोळ्यांवर पेंग येत होती. इतक्यात 'जय हो, बाबा!' ह्या अचानक कानावर पडलेल्या शब्दांनी तो दचकून सावरून बसला. समोर एक जटाधारी संन्यासी उभा होता.

मृत्युंजयनं भक्तिभावानं संन्याशाला नमस्कार केला. तो संन्यासी त्याला आशीर्वाद देऊन म्हणाला, 'बाबा, उगाचच दुःख करू नकोस.'

हे ऐकून मृत्युंजयला आश्चर्यच वाटलं. तो म्हणाला, 'आपण तर मनकवडे आहात. नाहीतर माझं दुःख आपल्याला कसं कळलं! मी तर कधीच कुणाजवळ काहीसुद्धा बोललेलो नाही.'

संन्यासी म्हणाला, 'वत्सा, तुझं जे काही हरवलंय ना त्याबद्दल आनंद

मान. दुःख करू नकोस.'

मृत्युंजयनं संन्याशाचे पाय धरले. तो म्हणाला, 'ह्याचा अर्थ आपल्याला सर्व काही माहीत आहे. कसं हरवलं? कुठं गेलं? कसं परत मिळेल? सर्व सांगितल्याशिवाय मी आपले पाय सोडणार नाही.'

संन्यासी म्हणाला, 'वत्सा, तुझं वाईट व्हावं असं वाटत असतं तर सांगितलं असतं. पण जे हरवलं त्याबद्दल वाईट वाटून घेऊ नकोस. ती देवीची कृपाच समज.'

मृत्युंजयनं संन्याशाला प्रसन्न करण्यासाठी सबंध दिवस नाना प्रकारे त्याची सेवा केली. दुसऱ्या दिवशी पहाटे स्वतःच्या गोठ्यातून चरवी भरून ताजं दूध घेऊन तो आला. पाहतो तर संन्यासी नाहीसा झालेला.

(२)

मृत्युंजयच्या लहानपणीच, त्याचे आजोबा– हरिहरबाबू– एके दिवशी देवळाच्या ह्याच सभामंडपात बसून गुडगुडी ओढत होते. त्या वेळी असाच एक संन्यासी 'जय हो, बाबा' म्हणत त्यांच्यासमोर येऊन उभा राहिला होता. हरिहरबाबूंनी त्याला काही दिवस आपल्या घरी ठेवून घेतलं. त्याची सेवा केली. संन्यासी संतुष्ट झाला.

हरिहरबाबूंचा निरोप घेताना, त्या संन्याशानं विचारलं, 'वत्सा, तुझी काय इच्छा आहे?'

हरिहरबाबू म्हणाले, 'बाबा, खरोखरच संतुष्ट झाला असाल, तर माझं म्हणणं जरा ऐकावं. एके काळी ह्या गावात आमचं घर प्रतिष्ठित म्हणून ओळखलं जात होतं. माझ्या पणजोबांनी, त्याच्या एका लेकीसाठी, एक घरंदाज स्थळ बघितलं. ते स्थळ इथलं नव्हतं. दूरचं होतं. पण आता तेच घर आम्हाला बाजूला सारून मोठेपणा मिरवतंय. आमची स्थिती चांगली नाही म्हणून इतके दिवस त्यांचा बडेजाव चालवून घेतला. पण आता सहन होत नाही. आम्हाला पुन्हा मानमरातब कसा मिळेल ते सांगा. आम्ही त्यासाठी काय करावं? ते सांगा. हाच आशीर्वाद द्या.'

संन्यासी किंचित हसून म्हणाला, 'बाबा, लहान असण्यातच सुख असतं. मोठं होण्यात काहीच फायदा नाही बरं!'

परंतु हरिहरबाबू हट्टाला पेटले होते. ते संन्याशाला तसं जाऊ द्यायला तयार होईनात. घराण्याची प्रतिष्ठा परत मिळवण्यासाठी ते वाटेल ते करण्यास तयार होते. अखेर संन्याशानं आपल्या झोळीतून कापडात गुंडाळलेला एक मळकट कागद बाहेर काढला. तो कागद खूप लांब होता आणि जन्मकुंडलीप्रमाणे गुंडाळलेला होता. संन्याशानं तो अलगद उलगडून जमिनीवर पसरला. त्यावर

निरनिराळी चक्रं आणि नाना प्रकारची यंत्रं रेखाटलेली होती. शेवटी एक लांबलचक कोडं होतं. त्याची सुरुवात अशी होती :

जमतंय का बघा!

'राधा' तला 'रा.'

शेवटी ठेवला पाहा.

आणि सोडून दिला हा

पागोलातील 'पा'

चिंचवडाची भेट,

तिथून दक्षिणेला थेट.

ईशान्येला ईशानी

सांगितलं की निशाणी... इत्यादी.

हरिहरबाबू हे पाहून म्हणाले, 'काहीही समजलं नाही, बाबा! '

संन्यासी म्हणाला, 'जवळ ठेव हा कागद. देवीची पूजा करत जा. तिच्या कृपेनंच तुझ्या वंशातल्या कुणाला ना कुणाला ह्याचा अर्थ उलगडेल. मग तुमच्या ऐश्वर्याला जगात तोड नसेल.'

हरिहरबाबू विनवणी करायला लागले, 'काहीतरी समजावून सांगावं ना, बाबा!'

'नाही. तपश्चर्येनंच समजलं तर समजेल.' संन्यासी निग्रहानं म्हणाला.

त्याच वेळी हरिहरबाबूंचा धाकटा भाऊ शंकर तिथं आला. त्याच्यापासून तो कागद लपवायचा प्रयत्न करताना हरिहरबाबूंची तारांबळ उडाली. ती पाहून संन्याशाला हसू आलं. तो म्हणाला, 'मोठं होण्यातलं दुःख आतापासूनच सुरू झालं बघ. काहीही लपवून ठेवण्याची गरज नाही. कारण ह्याचं रहस्य फक्त एकालाच समजेल. हजार प्रयत्न केले तरी दुसऱ्याला समजणार नाही. तेव्हा तो कागद सर्वांना दाखवायला हरकत नाही.'

संन्यासी निघून गेला. संन्याशानं निक्षून सांगितलं असूनसुद्धा हरिहरबाबूंनी तो कागद लपवून ठेवलाच. 'कोणालातरी तो सापडला तर त्याचाच लाभ होईल किंवा शंकरला रहस्य समजलं तर तोच सगळं धन घेऊन बसेल.' ह्या शंकेने हरिहरबाबूंनी तो कागद एका लाकडाच्या पेटीत घालून, कुलूप लावून जयकालीच्या मूर्तीखाली लपवून ठेवला. दर अमावस्येला, अंधाऱ्या रात्री, देवीची पूजा उरकून तो कागद ते काढून बघायचे. न जाणो देवी प्रसन्न होऊन त्या कोड्याचं रहस्य उलगडण्याची बुद्धी देईलसुद्धा!

तो कागद एकदा नीट पाहण्यासाठी शंकर कितीतरी दिवसांपासून हरिहरबाबूंच्या मागे लागला होता. पण हरिहरबाबू उडवाउडवी करत, 'अरे हत् वेड्या! आहे

काय त्या कागदात! त्या लबाड संन्याशानं काहीतरी रेघोट्या मारलेला कागद माझ्या गळ्यात मारून मला फसवलं. मी तो जाळूनसुद्धा टाकला.'

ह्यावर शंकर काही बोलत नसे. एके दिवशी अचानक, शंकर घरातून नाहीसा झाला. त्यानंतर त्याचा पत्ताच लागला नाही.

हरीहरबाबूंना ध्यास लागला होता तो फक्त त्या कागदातल्या गुप्त धनाचा. त्या पुढे त्यांना काहीच सुचेनासं झालं होतं. त्यांच्या मृत्युसमयी त्यांनी तो कागद त्यांच्या मोठ्या मुलाकडे– श्यामापदकडे– सोपवला.

कागद हातात पडताच, श्यामापदनं नोकरी सोडली. जयकालीची पूजाअर्चा करण्यात आणि कागदातील कोड्याचा उलगडा करण्याच्या प्रयत्नात त्याचं आयुष्य केव्हा सरलं ते कळलंसुद्धा नाही. मृत्युंजय श्यामापदचा थोरला मुलगा. त्यामुळे वडलांच्या मृत्यूनंतर तो कागद साहजिकच त्याच्याकडे आला होता. जसजशी स्थिती खालावू लागली तसतसे मोठ्या निग्रहानं त्यानं आपलं चित्त त्या कागदावरच केंद्रित केलं. असं असूनसुद्धा तो कागद गायब झाला होता आणि संन्यासीही कुठं अंतर्धान पावला होता कोण जाणे!

मृत्युंजयनं विचार केला संन्याशाला सोडता कामा नये. जी काही पत्ता लागण्याची शक्यता आहे ती त्याच्याकडूनच आहे. म्हणून संन्याशाच्या शोधात मृत्युंजयनं घर सोडलं. एक वर्ष तो नुसता भटकत होता.

(३)

त्या गावाचं नाव होतं धारागोल. त्या गावातील वाण्याच्या दुकानात बसून मृत्युंजय गुडगुडी ओढत होता. त्याच्या डोक्यात नाना विचारांनी थैमान घातलं होतं. थोड्या अंतरावरच एक रान दिसत होतं. एक संन्यासी रानाच्या कडेनं गेला. प्रथम मृत्युंजयच्या काही लक्षात आलं नाही. पण थोड्या वेळानंतर त्याला वाटलं की तिथून गेलेला संन्यासी तोच होता– त्याला भेटलेला आणि अचानक निघून गेलेला. मृत्युंजय गुडगुडी टाकून धावत सुटला. वाणी गोंधळून पाहतच राहिला. मृत्युंजयला तो संन्यासी आताही भेटला नाही. काळोखून आल्यानं मृत्युंजय परत फिरला. ह्या नवीन गावात, अंधारात तो संन्याशाला कसं शोधणार होता?

तो पुन्हा वाण्याच्या दुकानात आला. त्यानं वाण्याला विचारलं, 'ह्या पलीकडच्या रानात काय आहे?'

वाण्यानं माहिती पुरवली, 'एके काळी, तिथं एक नगर होतं असं म्हणतात. पण अगस्तीमुनींच्या शापानं पटकीची साथ आली. राजा आणि रयत कोणीच उरलं नाही. आजही तिथं खूप धन आहे असं म्हणतात. पण दिवसाढवळ्याही त्या रानात जाण्याचा धीर कुणी करू शकत नाही. जे कोणी गेले ते परत आलेच नाहीत.'

मृत्युंजयच्या मनात खळबळ माजली. सबंध रात्र, मशालीच्या उजेडात, चटईवर पडून, डास मारीत तो समोरचं रान, त्यात शिरलेला तो संन्यासी आणि हरवलेला कागद ह्यांचाच विचार करत होता; वाचून वाचून मृत्युंजयला आता ते कोडं अगदी तोंडपाठ झालं होतं. झोप येत नसल्यानं आताही तेच कोडं त्याच्या मनात घोळत होतं.

'जमतंय का बघा!

'राधा'तला 'रा',

शेवटी ठेवला पाहा.

आणि सोडून दिला हा

पागोलातील 'पा',

त्याचं डोकं गरम झालं होतं. काही केल्या हे शब्द त्याच्या मनातून जाईनात. पहाटे पहाटे त्याचा डोळा लागला आणि स्वप्नातच त्याला त्या कोड्याचा अर्थ अगदी सहजगत्या उमगला. 'राधा' तील 'रा' शेवटी ठेवल्यास शब्द होतो 'धारा' 'पागोला' ह्या शब्दातील 'पा' काढून टाकल्यास शब्द राहतो 'गोल' दोन्ही एकत्र केल्यास शब्द तयार होतो 'धारागोल'. ह्या गावाचंही नाव होतं 'धारागोल.'

मृत्युंजय जागा झाला. त्याच्या आनंदाला पारावार उरला नाही.

(४)

मृत्युंजय सबंध दिवस त्या रानात भटकत होता. अखेर कसाबसा रस्ता शोधून काढून तिन्हीसांजेला तो गावात परतला. तो भुकेनं व्याकुळ झाला होता.

दुसऱ्या दिवशी, मृत्युंजयनं उपरण्यात थोडे पोहे बांधून घेतले आणि तो पुन्हा रानात गेला. तिसऱ्या प्रहरी तो एका तळ्याकाठी येऊन पोहोचला. तळ्यातलं पाणी स्वच्छ होतं. त्यात लहान मोठी कमळं फुलली होती. त्याचा दगडी घाट भंगला होता. तळ्याकाठी बसून मृत्युंजयनं पाण्यात भिजवून पोहे खाल्ले. मग तो तळ्याभोवती हिंडून आजूबाजूला काय आहे ते पाह्यला लागला.

तळ्याच्या पश्चिमेला जाताच तो चपापून थबकला. तिथं एका चिंचेला एक प्रचंड वडाच्या झाडानं वेढलं होतं. मृत्युंजयच्या डोक्यात एकदम प्रकाश पडला.

चिंचवडाची भेट,

तिथून दक्षिणेला थेट.

दक्षिणेला काही अंतर गेल्यावर तो घनदाट जंगलात येऊन पोहोचला. वेळूचं बन पार करणं फार कठीण होतं. पण मृत्युंजयला कळून चुकलं होतं की काही झालं तरी चिंचवडाचा माग सोडता कामा नये. तो पुन्हा त्या झाडांजवळ

आला. अचानक त्याला त्या झाडांच्या फांद्यांमधून एका देवळाचा कळस दिसला. ते देऊळ फार लांब नव्हतं. त्या कळसावर नजर ठेवून चालत चालत तो एका पडक्या देवळापाशी येऊन पोहोचला. देवळाजवळच त्याला एक चूल, जळकी लाकडं आणि राख पडलेली दिसली. अत्यंत सावधपणे त्यानं देवळात डोकावून पाहिलं. तिथं कोणीच नव्हतं. देवळात कुठलीच मूर्ती नव्हती. पण तिथं एक कांबळं, कमंडलू आणि भगवं वस्त्र पडलेलं होतं.

संध्याकाळ झाली होती. गाव तर खूप दूर होतं. रानातून काळोखात वाट सापडणं अवघड होतं. शिवाय देवळात व आजूबाजूला माणसाचा वावर दिसत होता. ते पाहून मृत्युंजयला खूप आधार वाटला. देवळाचा एक भला मोठा चिरा देवळाच्या दाराशी पडला होता. त्यावरच बसून तो विचार करायला लागला. त्याला त्या चिऱ्यावर काहीतरी कोरलेलं दिसलं. तो चकित झाला. त्यानं खाली वाकून नीट पाहिलं. एक चक्र कोरलं होतं. त्यामध्ये सांकेतिक अक्षरं कोरलेली होती. त्यातील काही स्पष्ट तर काही अगदीच अस्पष्ट, पुसट झाली होती.

हे चक्र तर मृत्युंजयच्या चांगल्या परिचयाचं होतं. कित्येक अमावस्येच्या रात्री, देवळाच्या गाभाऱ्यात बसून, धूपाच्या सुगंधात, तुपाच्या दिव्याच्या प्रकाशात ह्याच चक्राचं रहस्य उकलण्यासाठी, एकाग्रतेनं त्यानं देवीची आळवणी केली होती. आज आपली इच्छा पुरी होण्याची वेळ आली आहे हे जाणवताच त्याच्या अंगाला कंप सुटला. काठाजवळ येऊन नाव बुडणार तर नाही? लहानशी चूक सगळं बिघडवून तर टाकणार नाही? तो संन्यासी आपल्या आधीच सगळं लाटणार तर नाही?

अनेक शंकांचं काहूर त्याच्या मनात माजलं. मन कासावीस झालं. काय करावं ते काहीच समजेना. त्याच्या मनात आलं की कदाचित आपण त्या धनावरच बसलेले असू.

बसल्या बसल्या तो कालीचा जप करायला लागला. काळोख दाटून आला. रातकिड्यांची किरकिर सुरू झाली.

(५)

ह्याच वेळी रानात अचानक उजेड दिसला. मृत्युंजय त्या उजेडाच्या रोखानं मोठ्या कष्टानं वाट कापत निघाला. एका पिंपळाच्या झाडापाशी तो थबकला. तोच संन्यासी शेकोटी पेटवून, शेकोटीच्या उजेडात तोच मळकट कागद पुढे पसरून काठीनं जमिनीवर काहीतरी आकडेमोड करत होता.

मृत्युंजयाच्या घरातला, पूर्वापार जपून ठेवलेला तोच तो कागद. अरे, लबाडा! चोर कुठला! म्हणूनच 'वाईट वाटून घेऊ नकोस' असं म्हणत होता!

तो संन्यासी काहीतरी आकडेमोड करायचा. मग काठीनं जमिनीचं मोजमाप घ्यायचा. निराशेनं मान हलवायचा आणि पुन्हा आकडेमोड करायला लागायचा. अशीच रात्र सरली. पहाटेचा मंद वारा वाहायला लागला, पानं सळसळायला लागली. मग मात्र तो संन्यासी उठला आणि कागदाची गुंडाळी करून निघून गेला. मृत्युंजय विचारात पडला. संन्याशाच्या मदतीशिवाय हे कोडं सुटणं शक्य नव्हतं. पण तो लबाड संन्यासी मृत्युंजयला मदत करणं शक्यच नव्हतं. तेव्हा चोरून संन्याशावर नजर ठेवण्याशिवाय दुसरा उपायच नव्हता. पण दिवसा गावात परत जायलाच हवं होतं. कारण पोटाचा प्रश्न त्याशिवाय सुटणार नव्हता.

फटफटू लागताच मृत्युंजय झाडामागून बाहेर आला. संन्याशानं केलेली आकडेमोड त्यानं निरखून पाहिली. त्याला काहीही उमगलं नाही. त्यानं इकडेतिकडे पाहिलं. त्याला काहीही वेगळं असं दिसलं नाही. बाकीच्या रानाचाच तो एक भाग होता.

रानातला काळोख कमी होताच, सावधपणे, आजूबाजूला नजर ठेवत मृत्युंजय गावाकडे निघाला. तो संन्यासी आपल्याला पाहील, अशी भीती त्याला वाटत होती.

मृत्युंजयनं ज्या वाण्याच्या दुकानात आसरा घेतला होता, त्या दुकानाशेजारीच राहणाऱ्या एका कायस्थाच्या घरी आज ब्राह्मणभोजन होतं. त्या घरातल्या बाईंनी कसलंतरी व्रत केलं होतं. त्याचं आज उद्यापन होतं आणि त्या निमित्तानं ब्राह्मणभोजन. तिथंच आज मृत्युंजयची सोय झाली. बरेच दिवस त्याच्या जेवणाची आबाळ झाली होती. आज पोटभर जेवण मिळालं. शिवाय रात्रभर जागरण झालं होतं. त्यामुळे चटईवर अंग टाकताच त्याला गाढ झोप लागली.

खरं तर, आज लवकरच जेवण उरकून दिवस बराच वर असतानाच बाहेर पडायचं, असं मृत्युंजयनं ठरवलं होतं. पण झालं उलटंच तो जागा झाला तेव्हा दिवस मावळला होता. तरीसुद्धा निराश न होता तो अंधारातच रानात शिरला.

पाहता पाहता काळोख दाट झाला. दाट झाडीमुळे तर वाटच खुंटल्यासारखी झाली. आपण कुठं चाललो आहोत, हे त्याला कळेचना. उजेडल्यावर त्याच्या लक्षात आलं की तो तिथल्या तिथंच फिरत होता. कावकाव करत कावळे गावाच्या दिशेनं उडाले. ते आपल्याला चिडवत आहेत असंच त्याला वाटलं.

(६)

आकडेमोडीत होणाऱ्या चुका पुन्हा पुन्हा सुधारता सुधारता अखेर संन्याशाला भुयाराचा रस्ता सापडला. मशाल घेऊन तो भुयारात शिरला. भुयाराच्या भिंतीवर शेवाळ साठलं होतं, भिंतीच्या फटीतून पाणी झिरपलं होतं. ठिकठिकाणी बेडूक

एकमेकांच्या अंगावर पडून झोप घेत होते. निसरड्या वाटेनं थोडं पुढे गेल्यावर एक भिंत आडवी आली. भिंतीमुळे वाट खुंटली होती. संन्यासी गोंधळून गेला. त्यानं हातातील लोखंडी कांबीनं भिंतीवर ठोकून पाहिलं. कुठंही पोकळी वा भगदाड नव्हतं. म्हणजे वाट तिथंच संपली होती. तो कागद उलगडून, डोक्याला हात लावून बसला. ती रात्र तशीच सरली.

दुसऱ्या दिवशी पुन्हा आकडेमोड करून संन्यासी भुयारात शिरला. गुप्त संकेतानुसार त्यानं एका विशिष्ट जागेवरचा एक दगड सरकवला. त्याला एक चोरवाट सापडली खरी, पण थोडं पुढे जाताच तीही बंद असलेली आढळली.

अखेर पाचव्या दिवशी, भुयारात शिरताच संन्यासी गरजला, 'आज मला वाट सापडलीय. आज माझी अजिबात चूक होणार नाही.'

वाट फारच अवघड होती. तिला जागोजाग फाटे फुटले होते. कुठं कुठं ती इतकी लहान होती की सरपटत जावं लागत होतं. अतिशय कष्टानं, मशाल सावरीत संन्यासी एका गोलाकार जागी पोहोचला. त्या गोलाकार जागेच्या मध्यभागी एक विहीर होती. मशालीच्या उजेडात विहीरीचा तळ दिसत नव्हता. छतातून एक लोखंडी साखळदंड विहिरीत लोंबकळत होता. संन्याशानं जीव खाऊन साखळदंड हलवायचा प्रयत्न केला. तो किंतिच हलला आणि विहीरीतून ठंग् असा आवाज आला. गोलाकार जागी तो आवाज घुमला. संन्यासी ओरडला, 'सापडलं.'

नेमक्या ह्याच वेळी, पडक्या भिंतीतून एक दगड खाली गडगडला आणि त्या दगडाबरोबरच एक मानवी आकृती खाली कोसळली. त्या आकृतीच्या किंकाळीनं संन्यासी घाबरला. त्याच्या हातातील मशाल खाली पडून विझली.

(७)

संन्याशानं विचारलं, 'कोण आहे रे?' पण उत्तर आलं नाही. अंधारात संन्याशानं चाचपडून पाहिलं. त्याच्या हाताला एक मनुष्यदेह लागला. त्याला हलवून संन्याशानं विचारलं, 'कोण आहेस तू?' पण काहीच उत्तर मिळालं नाही. तो माणूस बेशुद्ध पडला होता.

संन्याशानं चकमकीनं कशीबशी मशाल पेटवली. तेवढ्यात त्या माणसालाही शुद्ध आली होती. उठताना तो मोठ्यानं विव्हळला. संन्यासी ओरडला, 'अरे, मृत्युंजय, तू? तुला ही बुद्धी का झाली, बाबा!'

'बाबा, मला क्षमा करा. देवानंच मला शिक्षा केली. तुम्हाला मारायला दगड उचलला. पण मी माझा तोल सांभाळू शकलो नाही. दगडासकट मीही खाली पडलो. माझा पाय नक्कीच मोडलाय.' मृत्युंजय म्हणाला.

'मला मारून तुझा काय फायदा होणार होता?'

'फायद्याच्या गोष्टी तुम्ही करताय? वा! चोर! लबाड! माझ्या आजोबांना ज्या संन्याशानं हा कागद दिला होता त्यानं सांगितलं होतं की आमच्याच घरातल्या कोणालातरी हे कोडं उलगडेल. हे गुप्तधन आमच्या घरी यावं म्हणून तर गेले कित्येक दिवस उपाशीतापाशी तुमच्या मागून सावलीसारखा फिरतोय मी. तुम्ही आज 'सापडलं' असं ओरडताच माझ्यानं राहवलं नाही. मी तुमच्या मागोमाग येऊन ह्या इथं लपून बसलो होतो. तिथलाच एक दगड तुमच्या अंगावर टाकायला गेलो. पण अंगात जोर नाही आणि ही निसरडी जागा... आता तुम्ही मला ठार मारलंत तरी चालेल. मी यक्ष होऊन ह्या संपत्तीचं रक्षण करेन. पण तुम्हाला ह्या धनाला हात लावू देणार नाही. आणि जर हात लावायचा प्रयत्न केलात तर... मी ब्राह्मण आहे. तुम्हाला शाप देईन आणि ह्या विहिरीत उडी टाकून जीव देईन. मग हे धन तुम्हाला ब्रह्मरक्तासारखं किंवा गोरक्तासारखं होईल. तुम्हाला त्याचा उपभोग कधीच सुखानं घेता येणार नाही. माझे वाडवडील... त्यांचा जीव गुंतला होता ह्या धनात. ह्याच्या ध्यासानंच आम्हाला दारिद्र्य आलं. ह्याच धनासाठी घरदार, बायकापोरं सोडून, तहानभूक विसरून वेड्यासारखा रानोमाळ भटकतोय मी. माझ्या डोळ्यांदेखत ह्या धनाला मी तुम्हाला अजिबात हात लावू देणार नाही.' मृत्युंजयनं ठामपणे सांगितलं.

(८)

'असं का! मृत्युंजय, मग ऐक तर! तुला सविस्तर हकिकतच सांगतो. ऐक.' असं म्हणून संन्याशानं हकिकत सांगायला सुरुवात केली. 'तुझ्या आजोबांना शंकर नावाचा एक धाकटा भाऊ होता हे तुला माहीत आहे ना?'

'हो. तो परागंदा झाला.'

'मीच तो शंकर.' संन्यासी असं म्हणताच मृत्युंजयनं हताश होऊन एक सुस्कारा सोडला. आतापर्यंत ह्या गुप्तधनावर फक्त त्याचाच हक्क आहे, असं तो समजत होता. पण ह्या चुलत आजोबानं तो समज नसून गैरसमज असल्याचं दाखवून दिलं.

संन्यासी पुढे सांगायला लागला, 'दादाला संन्याशानं कागद दिल्यापासून दादा तो कागद माझ्यापासून लपवत होता. पण त्यामुळे माझी उत्सुकता दिवसेंदिवस वाढायला लागली. दादानं कागद देवीच्या मूर्तीखाली लपवून ठेवलाय ह्याचा मला पत्ता लागला. मी त्या पेटीची दुसरी चावी बनवून घेतली आणि कागदावरच्या लिखाणाची आणि आकृत्यांची रोज थोडी थोडी नक्कल करायला सुरुवात केली. ज्या दिवशी हे काम पूण झालं त्याच दिवशी गुप्तधनाच्या शोधासाठी घराबाहेर पडलो. मलाही संसार होता. लहान मूल होतं. आज माझी बायको आणि मूल ह्या जगात नाहीत.'

'किती ठिकाणी फिरलो ते तपशीलवार सांगण्याची गरज नाही. संन्याशानं दिलेलं कोडं एखादा संन्यासीच उलगडून दाखवेल असा विचार करून अनेक संन्याशांची मी सेवा केली. माझ्याजवळच्या कागदाचा पत्ता लागताच काही संन्याशांनी तो चोरायचाही प्रयत्न केला. अशी वर्षांमागून वर्षं गेली. पण मला एक दिवससुद्धा सुखशांती मिळाली नाही.'

'शेवटी पूर्वजन्मीची पुण्याई म्हणूनच कुमायून पर्वतावर बाबा स्वरूपानंदस्वामींची भेट झाली. त्यांनी मला उपदेश केला, 'वत्सा, हाव धरू नकोस. मग सर्व विश्वाला व्यापून उरणारं धन तुला आपोआपच मिळेल!'

'त्यांनी माझ्या मनातला दाह विझवला. त्यांच्या कृपेनं आकाशातील प्रकाश आणि धरतीची श्यामलता हेचं माझं ऐश्वर्य झालं. एके दिवशी, हिवाळ्यातील संध्याकाळी पर्वताच्या पायथ्याशी परमहंसबाबांच्या धुनीत मी तो कागद टाकून दिला. बाबा हळूच हसले. त्याचा अर्थ तेव्हा कळला नाही पण आता समजला. कागदाची राख करणं सोपं आहे. पण वासना इतक्या सहजासहजी कुठं भस्मसात होतात! बाबांच्या हसण्याचा अर्थ हाच असावा.'

'कागदाची राख होताच, मनाला पडलेला नागपाशही सुटला. मुक्तीचा अपूर्व आनंद मला चाखायला मिळाला. मला आता कसलीही भीती नाही, कसलीही इच्छा उरली नाही, असंच मला वाटलं!

'ह्या घटनेनंतर माझी आणि परमहंसबाबांची ताटातूट झाली. त्यांना मी खूप शोधलं पण ते मला भेटले नाहीत.'

'मग मी संन्यासी होऊन निरासक्त मनानं भटकू लागलो. मधे बरीच वर्षं गेली. मी गुप्तधनाला विसरूनही गेलो होतो.'

'पण, एके दिवशी, ह्या धारागोलच्या रानातील ह्या पडक्या देवळात आसरा घेतला आणि एक-दोन दिवसांतच माझ्या लक्षात आलं की देवळाच्या भिंतीवर, दगडांवर निरनिराळ्या प्रकारची यंत्रं रेखाटलेली आहेत. ती यंत्रं माझ्या परिचयाची होती.'

'एवढे दिवस जे शोधलं ते सापडलं होतं ह्यात शंकाच नव्हती. इथं राह्यचं नाही, ही जागा लगेचच सोडायची असं मनाशी ठरवलं. पण इथून जाणं झालं नाही.'

'काय आहे ते पाहू तर या! कुतूहल जागं झालंय तर ते मिटवून जाणं बरं, असा विचार केला. त्या यंत्रांचं गूढ उकलण्याचा खूप प्रयत्न केला. पण हाती काहीच लागेना. तो कागद उगाचच जाळला, ठेवला असता तर काय बिघडलं असतं, असं मनात यायला लागलं.'

'मग मी माझ्या गावी गेलो. माझ्या घराची आणि कुटुंबाची अवस्था पाहून

ठरवलं की मला ह्या धनाचा काही उपयोग नाही. कारण मी आता संन्यासी झालोय. पण माझ्या कुटुंबातल्या गरीब, संसारी माणसांसाठी हे धन शोधलं पाहिजे. त्यात काहीच गैर नाही.'

'तो कागद कुठं आहे, हे मला माहीत होतं. तेव्हा तो मिळवणं अगदी सोपं होतं.'

'त्यानंतर मागील एक वर्ष ह्या रानात मी कोडं उलगडण्याचा प्रयत्न करत राहिलो. माझ्या मनाला कसलीही चिंता नव्हती. कोडं उकलण्यात अडथळे यायला लागल्यावर मात्र मी हट्टाला पेटलो. बेभान होऊन, अहोरात्र ह्या रहस्याचा भेद करण्यातच अडकून पडलो.'

'त्यामुळेच तू माझ्या मागावर आहेस, हे माझ्या लक्षातच आलं नाही. मी बेसावध नसतो तर तू असा लपून राहू शकला नसतास. पण मी कोडं सोडवण्यात गुंतलो होतो. माझं इतरत्र कुठं लक्षच नव्हतं.'

'जे शोधत होतो, ते मला आजच सापडलंय. इथं जेवढं धन आहे तेवढं पृथ्वीवरच्या कोणाही सम्राटाकडेसुद्धा नसेल. आता फक्त एकच गूढ उलगडायचं राहिलंय. मग ते धन मिळालंच म्हणून समज.'

'पण ते राहिलेलं यंत्रच सर्वांत कठिण आहे. तरीसुद्धा मनातल्या मनात मी रहस्यभेद केलाय. म्हणून तर मी 'सापडलं' असं ओरडलो. मनात आणलं तर मी एका क्षणात रत्नभांडारात जाऊन उभा राहू शकेन.'

मृत्यंजय संन्याशाचे पाय धरत म्हणाला, 'तुम्ही संन्यासी. तुम्हाला ह्या धनाची गरज नाही. पण मला त्या धनापासून दूर ठेवू नका. मलाही त्या रत्नभांडारात न्या.'

संन्यासी म्हणाला, 'आज मी अखेरच्या बंधनातूनही मोकळा झालो. तू मारलेला दगड मला लागला नाही. पण माझं मोहाचं आवरण त्यानं फाडलं. तृष्णेचं कालरूप आज मी पाहिलं. आज इतक्या दिवसांनी माझ्या गुरूंच्या गूढ, शांत हास्यानं माझ्या अंत:करणात कल्याणदीप लावला– अखंड तेवण्यासाठी!'

संन्याशाचे पाय धरून मृत्युंजय पुन्हा पुन्हा काकुळतीनं विनवू लागला, 'तुम्ही मुक्त आहात. पण मी नाही. मला मुक्ती नको आहे. ह्या ऐश्वर्यापासून मला दूर ठेवू नका.'

'तर मग हा घे तुझा कागद आणि शोधता आलं तर शोध इथलं धन.'

संन्याशानं आपल्याजवळची कांब आणि कागद मृत्युंजयजवळ ठेवला आणि तो तिथून निघून गेला. मृत्युंजय याचना करतच होता, 'माझ्यावर दया करा. मला सोडून जाऊ नका. मला ते धन दाखवा.'

पण त्याला उत्तर मिळालं नाही.

मृत्युंजय चाचपडत भुयारातून बाहेर पडायचा प्रयत्न करायला लागला. पण वाट अत्यंत बिकट होती – भुलभुलैय्या सारखी. वारंवार अडथळे येतच होते. चकरा मारून मारून दमल्यावर तो एके ठिकाणी आडवा झाला. क्षणार्धात तो गाढ झोपून गेला.

त्याला जाग आली. रात्र आहे का दिवस, वाजलेत किती हे कळायला काहीच मार्ग नव्हता. त्याला सडकून भूक लागली होती. त्यानं उपरण्यात बांधून आणलेले पोहे पोटात ढकलले आणि बाहेर पडण्यासाठी पुन्हा चाचपडायला लागला. पण पाहवं तिथं वाट बंद झालेली. तो मटकन् खालीच बसला. अखेर त्यानं ओरडून विचारलं, 'संन्यासीबाबा, तुम्ही कुठं आहात?'

अगदी जवळून उत्तर आलं, 'मी तुझ्याजवळच आहे. काय पाहिजे? सांग.'

मृत्यंजय कातर स्वरात म्हणाला, 'दया करा आणि धन कुठं आहे ते सांगा.'

मग मात्र काहीच हालचाल जाणवेना. मृत्युंजय हाका मारतच होता. पण कोणीच त्याला ओ देत नव्हतं.

घटका, प्रहर ह्याचं भान हरपलेल्या, भुयारातील त्या अखंड रात्रीत पुन्हा एकदा मृत्युंजय ग्लानी येऊन पडला. भानावर आल्यावर पुन्हा ओरडायला लागला, 'बाबा, आहात का तुम्ही?'

'हो. इथंच आहे मी. काय पाहिजे?' जवळूनच शब्द आले.

'मला आता काही नको. ह्या भुयारातून मला बाहेर काढा.'

'तुला धन नको?'

'नको. अजिबात नको.'

मग चकमक ओढल्याचा आवाज झाला आणि काही क्षणांतच मशालीचा उजेड पडला.

संन्यासी म्हणाला, 'ये. मृत्युंजय. चल ह्या इथून बाहेर पडू या.'

'बाबा, हे सगळं खरंच वाया जाणार का? एवढे कष्ट करूनही धन मिळणारच नाही ना?' मृत्युंजयनं असं विचारताच मशाल विझली.

मृत्यंजय ओरडला, 'किती दुष्ट आहात हो बाबा, तुम्ही!' तो पुन्हा खाली बसला.

वेळ समजायला मार्ग नव्हताच. सगळीकडे फक्त अंधारच अंधार होता. हा अंधार आपलं मन आणि शरीर दोन्हीही गिळून टाकणार, असंच मृत्युंजयला वाटलं. सूर्यप्रकाश आणि बाहेरचं विविधतेनं भरलेलं जग पाहण्यासाठी त्याचा जीव व्याकुळ झाला होता. तो ओरडायला लागला. 'संन्यासीबाबा, किती हो कठोर होता! नका. असं करू नका. मला धन नको. मला बाहेर जायचंय!'

'धन नको ना? मग धर माझा हात आणि चल माझ्याबरोबर.'

ह्या वेळी संन्याशानं मशाल पेटवली नाही. एका हातात कांब व दुसऱ्या

हातात संन्याशाचं वस्त्र धरून मृत्युंजय हळूहळू चालायला लागला. बराच वेळ, वेडीवाकडं वळणं घेतल्यावर, एके ठिकाणी, संन्याशानं त्याला थांबवलं. मग एका गंजलेल्या लोखंडी दाराची करकर ऐकू आली. संन्यासी मृत्युंजयचा हात धरून म्हणाला, 'ये.'

मृत्युंजय पुढे झाला. संन्याशानं मशाल पेटवताच त्याचे डोळे आश्चर्यानं विस्फारलेच. चारी बाजूच्या भिंतीवर सोन्याचे पत्रे लखलखत होते. जणू भूमातेच्या पोटात दडलेला सूर्यप्रकाशच! मृत्युंजयचे डोळे चमकले. तो वेड्यासारखा किंचाळायला लागला, 'हे सोनं माझं आहे. काही झालं तरी हे सोडून मी येणार नाही.'

'ठीक आहे. ही मशाल मी इथं ठेवतोय.' असं म्हणून संन्याशानं मशाल आणि मशालीबरोबरच सातूचं थोडं पीठ, थोडे पोहे आणि तांब्याभर पाणी ठेवलं आणि तो निघून गेला. त्याच्या पाठोपाठ लोखंडी दारही बंद झालं.

मृत्युंजय सारखा सोन्याला हात लावत होता. लहान-मोठे सोन्याच्या पत्र्याचे तुकडे तोडून जमिनीवर फेकत होता, सोनं उराशी कवटाळत होता, पत्रे एकमेकांवर आपटून सोन्याचा आवाज ऐकत होता, अंगाभोवती सोन्याचा पत्रा गुंडाळून सोन्याच्या स्पर्शसुखाचा अनुभव घेत होता. अखेर तो दमला आणि सोन्याच्या पत्र्यावरच आडवा झाला.

त्यानं जेव्हा डोळे उघडले तेव्हा त्याच्या सभोवती सोन्याचा झगझगाट होता. सोनं... सोनं... सोनं. दुसरं काहीच नाही.

मृत्युंजयच्या मनात आलं बाहेर दिवस उजाडला असेल, सर्वजण आनंदानं कामाला लागले असतील. सकाळच्या वेळी तळ्याकाठच्या बागेतून येणारा घमघमाट त्याच्या घरात भरून राह्यचा. आताही त्याला तो घमघमाट जाणवला. तळ्यात बदकं कलकलाट करत, डुलत डुलत तरंगताहेत, त्याच्या घरची मोलकरीण पदर खोचून पितळ-काश्याच्या ताटवाट्या घेऊन तळ्यावर चाललीय, असं दृश्य स्पष्टपणे त्याच्या डोळ्यांसमोर उभं राहिलं.

मृत्युंजय दार ठोठावून हाका मारायला लागला, 'अहो संन्यासीबाबा, कुठं आहात तुम्ही?'

संन्याशानं दार उघडून विचारलं, 'काय पाहिजे?'

'मला बाहेर यायचंय. पण बरोबर एखाद-दुसरा सोन्याचा तुकडा मी नेऊ शकणार नाही का?'

संन्यासी काहीच बोलला नाही. त्यानं नवीन मशाल पेटवून तिथं ठेवली. शिवाय एक कमंडलू भरून पाणी, थोडे पोहेही ठेवले. मग दार बंद करून तो निघून गेला.

मृत्युंजयनं सोन्याच्या पातळ पत्र्याचे दुमडून तुकडे तुकडे केले आणि

मातीच्या ढेकळांप्रमाणे तो ते तुकडे इकडे तिकडे फेकायला लागला. काही वेळा तो सोनं दाताखाली चावत होता तर काही वेळा पायाखाली तुडवत होता. मनातल्या मनात म्हणत होता की असं सोन्याशी खेळणारे किती सम्राट पृथ्वीवर असतील बरं! तो बेभान झाला होता. त्या सोन्याचा चुरा करून धुळीसारखा झटकावा आणि पृथ्वीवरच्या सर्व सोन्याच्या लोभी राजा-महाराजांची जिरवावी अशी त्याला इच्छा झाली.

सोन्याशी खेळता खेळता थकून तो झोपला. जागा होऊन पाहतो तो आजूबाजूला सोनं. फक्त सोनं.

अखेर तो दार ठोठावून ओरडायला लागला, 'अहो संन्यासीबाबा, मला हे सोनं नको. खरंच नको.'

संन्याशानं दार उघडलं नाही. हाका मारून मारून मृत्युंजयचा आवाज बसला, पण दरवाजा काही उघडला नाही. त्यानं सोन्याचे गोळे दरवाजावर मारले. त्याचाही उपयोग झाला नाही. आता मात्र मृत्युंजयची छाती दडपली. संन्यासी पुन्हा परत नाही आला तर? ह्या सोन्याच्या तुरुंगात आपण तिळा - तिळानं मरणार का?

सोन्याकडे पाहताच मृत्युंजयला त्याची शिसारी यायला लागली. हे सोन्याचे खांब म्हणजे जणू काही बिभीषेचे नि:शब्द पण भेसूर हसूच होतं. त्यात चैतन्य नव्हतं. परिवर्तन नव्हतं. मृत्युंजयच्या कासाविशीची त्यांना जाणीव नव्हती. त्याच्या सुखदु:खाशी त्यांचा संबंध नव्हता. ह्या इथल्या सोन्याला प्रकाश नको होता, आकाश नको होतं, वारा नको होता, जीवन नको होतं आणि मुक्तीही नको होती. ते त्या अक्षय काळोखात अखंड चमकत निष्ठुरपणे स्तब्ध उभे होते.

बाहेरच्या जगात तिन्हीसांज झाली असेल. त्या वेळी पसरलेलं सोनं क्षणभरच डोळ्यांना समाधान देतं आणि अंधारात विरून जातं. मग संध्यातारा झोपडीच्या अंगणाकडे स्थिर दृष्टीनं पाहत राहतो. गोठ्यात दिवा लावून, गृहलक्ष्मी घरात सांजवात लावते. मंदिरात अविरत घंटानाद व्हायला लागतो.

गावातल्या घरातल्या लहानसहान गोष्टीही मृत्युंजयला आकर्षक दिसायला लागल्या. संध्याकाळी अंगाचं वेटोळं करून झोपण्याऱ्या त्याच्या गरीब कुत्र्याच्या आठवणीनंही त्याचा जीव खालीवर झाला. धारागोलमध्ये ज्या वाण्याकडे तो राहिला होता त्याचीसुद्धा त्याला आठवण झाली. तो वाणी आता दुकान बंद करून घराकडे निघाला असेल का? त्याला तो वाणी 'अत्यंत सुखी माणूस' वाटला. आज वार, तिथी काय आहे कोण जाणे! रविवार असेल तर बाजाराला आलेले लोक घरी परत निघाले असतील, चुकामूक झाल्यास एकमेकांना हाका मारत असतील, आपल्या बरोबर आलेल्या लोकांना घेऊन होडक्यातून नदीपार

होत असतील, पायवाटेनं शेताच्या बांधावरून, गावाच्या रस्त्यावर पसरलेला पाचोळा तुडवीत एखादा दुसरा मासा हातात घेऊन आणि डोक्यांवर टोपल्या सांभाळत फिकट चांदण्यात शेतकरी गावाकडे निघाले असतील.

जगाच्या पाठीवरील ह्या विविधतेनं नटलेल्या, सतत स्पंदन पावणाऱ्या जीवनयात्रेत अती क्षुद्र, दीन होऊन स्वतःचं जीवन मिसळून टाकण्याचं आवाहन, मातीच्या थराथरातून त्याच्यापर्यंत येऊन पोहोचलं. त्याचं हे जीवन, आकाश, प्रकाश त्याला पृथ्वीवरच्या सर्व रत्नमाणकांपेक्षा, धनसंपत्तीपेक्षा अधिक मोलाचा वाटायला लागलं. त्या श्यामल धरतीमातेच्या मांडीवर क्षणभर विसावयाला मिळालं आणि त्या मोकळ्या निळ्या आकाशाखाली, पानांफुलांच्या वासानं दरवळलेल्या हवेत एक मोठा आणि अखेरचा श्वास घेता घेता मरण आलं तरी जीवनाचं सार्थक होईल, असंच मृत्युंजयच्या मनात आलं.

त्याच क्षणी दार उघडून संन्यासी आत आला. त्यानं विचारलं, 'मृत्युंजय, बोल काय हवंय तुला?'

मृत्युंजय बोलून गेला, 'आणखी काही नको. मला फक्त इथून बाहेर पडायचंय. हा अंधार, हे भुयार मला नको. ह्या भुलभुलैय्यातून, ह्या सोन्याच्या तुरुंगातून बाहेर पडायचंय. मला प्रकाश हवा, आकाश हवं, इथून सुटका हवी.'

'ह्या सुवर्णभांडारापेक्षा मूल्यवान रत्नभांडार इथं आहे. एकदा जायचंय का तिथं?' संन्याशानं विचारलं.

'नाही. मुळीच नाही.' मृत्युंजयनं तत्काळ नकार दिला.

'एकदासुद्धा ते पाहवं असं तुला नाही वाटत? अजिबात कुतूहल नाही?' संन्याशानं पुन्हा विचारलं.

'नाही. मला ते पाह्यचंसुद्धा नाही. मला कफनी घालून भिक्षा मागायला लागली तरी चालेल. पण मला इथं क्षणभरसुद्धा थांबायचं नाही.' मृत्युंजयनं उत्तर दिलं.

'ठीक आहे. ये तर मग.' मृत्युंजयचा हात धरून संन्यासी त्याला विहिरीसमोर घेऊन आला. मग मृत्युंजयच्या हातात तो कागद ठेवत त्यानं विचारलं, 'आता ह्याचं काय करणार आहेस?'

मृत्युंजयनं त्या कागदाचे तुकडे तुकडे करून विहिरीत भिरकावून दिले.

(पूर्व प्रसिद्धी – छात्रप्रबोधन)

❑

दुर्बुद्धी

मला गाव सोडावं लागलं. का सोडावं लागलं ते सविस्तर, तपशीलवार न सांगता थोडक्यात सांगतो.

खेडेगावातला मी एक नेटिव्ह डॉक्टर. माझं घर होतं पोलिस चौकीसमोर. यमराजाएवढंच मी फौजदाराला मानत होतो. नर आणि नारायण हे दोघंही माणसांना कसं तऱ्हेतऱ्हेनं छळतात हे मी प्रत्यक्ष पाहत होतो ना! बैलामुळे बैलाच्या मालकाचा आणि मालकामुळे बैलाचा जसा फायदा होतो तसाच माझ्या मध्यस्थीमुळे फौजदाराचा आणि फौजदारामुळे माझा आर्थिक लाभ होत होता.

ह्या अतिशय नाजूक कारणामुळे, कायदेकानून चांगले माहीत असलेल्या फौजदार ललित चक्रवर्तींशी माझी घनिष्ठ मैत्री होती. त्याच्या एका नातेवाईकांच्या मुलीचं लग्नाचं वय उलटून गेलं तरी लग्न जमत नव्हतं. तिच्याशी मी लग्न करावं म्हणून ललित माझ्या मागे लागला होता. नुसता मागेच लागला नव्हता तर त्यानं मला सतावून सोडलं होतं. पण माझी थोडी अडचण होती. माझी एकुलती एक मुलगी शशी आईविना पोर. तिला सावत्र आईच्या हातात सोपवायला मी तयार नव्हतो. त्यामुळे वर्षामागून वर्षं उलटली. कितीतरी चांगले मुहूर्त वाया गेले. माझ्यासमोरच कितीतरी चांगली आणि वाईट मुलं पालखीतून मिरवत गेली. मी फक्त वऱ्हाडाबरोबर मेजवानी झोडून, उसासे सोडत घरी परत आलो.

शशीला आता बारावं संपून तेरावं लागलं होतं. बऱ्यापैकी पैसे जमले की तिला एका मोठ्या घरात द्यायचं स्वप्न बाळगून होतो. शशी तिच्या घरी गेली की आमच्या घरात आणखी एक शुभकार्य उरकून घेण्याचा माझा बेत होता.

शशीच्या लग्नासाठी पैसे हवे होते. त्याच विचारात असताना तुलसीपाड्याचा हरिनाथ मुजुमदार आला आणि माझे पाय धरून रडायला लागला. त्याची विधवा मुलगी रात्री अचानक वारली. तेव्हा त्याच्या वैऱ्यानं फौजदाराला लेखी कळवलं की ही मुलगी गर्भपातामुळे गेली. अर्थातच पोलिसांची कटकट मागे लागली. आधीच मुलगी गेल्याचं दुःख आणि त्यावर हा डाग. मुलीच्या बापाला हे सहन होणं शक्यच नव्हतं. मी डॉक्टर तर होतोच. शिवाय फौजदाराचा दोस्त. तेव्हा

मला काहीतरी करणं भागच होतं.

लक्ष्मीनं जर एखाद्याच्या घरात प्रवेश करायचा निश्चय केलाच तर ती अनपेक्षितपणे येते. एवढंच नाही तर दारातून न येता लहानशा खिडकीतूनसुद्धा येते. मी त्याचं सर्व ऐकून घेतलं आणि मान हलवत म्हणालो, 'फारच कठीण आहे बुवा!' एक-दोन खोट्याच गोष्टी रंगवून सांगताच म्हातारा थरथर कापत लहान मुलासारखा रडायला लागला.

थोडक्यात सांगायचं तर मुलीचं क्रियाकर्म पार पाडेपर्यंत हरिनाथ पुरता कंगाल झाला.

तो रडत असताना शशी बाहेर आली आणि अत्यंत करुण स्वरात विचारायला लागली, 'बाबा, हे म्हातारबाबा एवढे का रडताहेत हो? आणि सारखे तुमचे पाय तरी का धरताहेत?'

मी तिला दटावलं, 'तू इथं का आलीस? जा. आत जा. उगाच नसत्या चौकशा!'

आता शशीचं कन्यादान एका उत्तम घरी करता येणार होतं. लग्नाचा मुहूर्तही ठरला. एकुलत्या एका मुलीचं लग्न. जेवणाचा बेत खास होता. आमच्या घरी कोणी बाईमाणूस नव्हतं म्हणून सर्व शेजारी मदतीला आले होते. हरिनाथ कफल्लक झाला होता खरा पण त्याला मी संकटातून सोडवल्यामुळे कृतज्ञतेपोटी तो माझ्या घरी रात्रंदिवस राबत होता.

हळद लागली त्या रात्री तीन वाजता शशीला अचानक कॉलऱ्याची लागण झाली. तिची तब्येत क्षणाक्षणाला ढासळायला लागली. मी प्रयत्नांची शिकस्त केली पण गुण येईना. तेव्हा मात्र धावत जाऊन हरिनाथचे पाय धरले. म्हणालो, 'दादा, माफ करा. पाप्याला क्षमा करा. माझी पोर मरायला टेकलीय हो!' सर्व लोकांसमक्ष मी जाहीर केलं, 'ऐका, ह्या म्हातारबाबांची मी वाताहत केली. त्याची शिक्षा भोगतोय मी. देवा, माझ्या पोरीला वाचव रे!' हरिनाथचे जोडे मी माझ्याच डोक्यावर मारून घ्यायला लागलो तेव्हा हरिनाथ गडबडला. घाईघाईनं त्यानं माझ्या हातातले जोडे काढून घेतले.

दुसऱ्या दिवशी सकाळी दहाच्या सुमाराला हळदीच्या अंगानंच शशीनं ह्या जगाचा कायमचा निरोप घेतला.

शशी गेल्याच्या दुसऱ्याच दिवशी ललित मला म्हणाला, 'आता थांबण्याचं कारणच काय! लवकरात लवकर तुमचं लग्न उरकून घ्या. तुमचं करायला कोणीतरी हवंच ना!'

माणसाच्या अत्यंत घोर दुःखाची अशी जीवघेणी थट्टा सैतानालासुद्धा

शोभणारी नव्हे! पण अनेक वेळा फौजदारासमोर मीही असाच वागलो असल्यामुळे मला बोलायला तोंडच नव्हतं. फौजदारानं सणसणीत वार करून मला पुरतं घायाळ केलं होतं.

कितीही वाईट वाटलं, दुःख झालं तरी जग कुणासाठी थांबतं थोडंच! मलाही जगण्यासाठी पहिल्यासारखीच धडपड करावी लागत होती. अन्नपाणी, वस्त्रच नव्हे तर चुलीची लाकडं आणि बुटाची नाडी इथपर्यंत सर्व पाहवं लागत होतं.

दिवसभराचं काम संपवून जेव्हा निवांतपणे बसत असे तेव्हा मधून मधून तोच करुण स्वर ऐकू यायचा, 'बाबा, हे म्हातारबाबा एवढे का रडताहेत हो?'

दरिद्री हरिनाथचं घर मी स्वतःच्या खर्चानं शाकारून दिलं. माझी दुभती गायही त्याला देऊन टाकली. त्याची सावकाराकडे गहाण पडलेली जमीन सोडवून दिली.

मुलगी गेल्याचं दुःख मी विसरू शकत नव्हतो. त्यामुळे रात्ररात्र मला झोप येत नसे. घरात एकटाच बसलो की मनात यायचं बापाच्या पापांमुळे ह्या जगातून गेल्यावरही पोरीच्या आत्म्याला शांती नसावी. जणू ती कळवळून विचारत राह्यची, 'बाबा, का केलंत हो असं?'

आता गरिबांना औषधपाणी दिल्यावर त्यांच्याकडून पैसे घेणं माझ्या जिवावर यायला लागलं. गावातली कुणी मुलगी आजारी पडली की तिच्यात मला शशीचा भास व्हायला लागला. गावातल्या मुलीत मला माझी शशीच दिसायला लागली.

एके दिवशी अचानक मुसळधार पावसाला सुरुवात झाली. पहाटे सुरू झालेला पाऊस उजाडलं तरी तसाच रपरप पडत होता. सगळीकडे पाणीच पाणी झालं होतं. घरून शेतावरसुद्धा तरीतून जावं लागत होतं.

एवढ्या मुसळधार पावसात मला जमीनदारांच्या कचेरीतून बोलावणं आलं. बाबूंचा नावाडी! त्याला थांबायला अजिबात वेळ नव्हता. मी तयार होऊन निघेपर्यंत त्याला दम नव्हता.

ह्या आधी, असं भलत्या वेळी मला बाहेर पडावं लागलं तर माझी काळजी घ्यायला घरात एक माणूस होतं. माझी पोर. जुनी छत्री उघडून छत्रीला कुठं भोकबिक नाही ना ते ती आवर्जून पाह्यची. मला सांभाळून जाण्यास बजावयाची. तिच्या स्वरात काळजी असायची. आज सगळी तयारी माझी मलाच करावी लागली. तिचा प्रेमळ चेहरा डोळ्यांसमोरून हालत नव्हता. त्यामुळे पाय घराबाहेर पडत नव्हता. निघायला उशीर होत होता. तिच्या खोलीच्या बंद दाराकडे नजर जाताच मनात आलं की दुसऱ्याच्या दुःखाची अजिबात पर्वा न

करणाऱ्याच्या घरात देवानं एवढं प्रेम का द्यावं? ह्या विचाराबरोबर छातीत पिळवटून आलं. बाहेरून बाबूंचा नावाडी मोठमोठ्यानं हाका मारायला लागला. म्हणून घाईघाईनं बाहेर पडलो.

नावेत चढताना पाहिलं तर पोलीस चौकीसमोर घाटाला एक डोंगी बांधलेली होती. लंगोटी नेसलेला एक शेतकरी पावसात भिजत होता. मी विचारलं, 'काय रे?' कळलं ते असं– रात्री साप चावून त्याची मुलगी वारली होती. तो ठाण्यावर रिपोर्ट करण्याकरिता आला होता. मुलीचं प्रेत डोंगीत घालून बऱ्याच दूरच्या खेड्यातून आला होता. दुसरा कपडा नसल्यानं स्वतःच्या कमरेच्या धडुत्यानं त्यानं मुलीचं प्रेत झाकलं होतं. नावाड्याला अजिबात धीर नसल्यानं मला आणखी काही विचारता आलं नाही. त्यानं नाव पाण्यात ढकललीसुद्धा.

दुपारी एक वाजता परत आलो. तो शेतकरी तसाच बसून होता. हातपाय छातीशी आवळून भिजत होता. अजूनही फौजदाराची भेट झाली नव्हती. मी त्याला थोडं खायचं पाठवलं. पण तो त्याला शिवलाही नाही.

कसेबसे दोन घास खाऊन पुन्हा रोगी तपासायला बाहेर पडलो. संध्याकाळ झाली परत यायला. अजूनही तो तिथं तसाच बसून होता. अगदी हतबल झाला होता. विचारलं तर काही उत्तर न देता नुसता तोंडाकडे पाहत होता. हा पाऊस, ही भिजलेली माती, हे गाव, ही नदी, पोलीस चौकी – सर्वच त्याला स्वप्नासारखं वाटत असावं. मी पुन्हा पुन्हा खोदून विचारल्यावर एवढंच कळलं की एक शिपाई येऊन 'कनवटीला काही आहे का' एवढं विचारून गेला. त्यानं तो अगदी गरीब असल्याचं सांगितलं. त्याच्याजवळ फुटकी कवडीही नव्हती. हे कळताच शिपाई म्हणाला, 'बस बेट्या! बसूनच राहा.'

असं दृश्य ह्या पूर्वी मी बरेच वेळा पाहिलं होतं. तेव्हा मला त्याचं काही वाटलं नव्हतं. पण आज मला सर्वच असह्य झालं. पावसाच्या रिपरिपीत मला शशीच्या करुण गदगदलेल्या गळ्याचा भास झाला. मुलगी गमावल्यामुळे वाचा हरवून बसलेल्या त्या शेतकऱ्याचं दुःख माझ्या छातीतून उसळी घेऊन बाहेर पडायला पाहत होतं.

फौजदार वेताच्या मोढ्यावर बसून आरामात गुडगुडी ओढत होता. त्याच्या नात्यातला तो मुलीचा बाप माझ्यावर डोळा ठेवून होताच. बहुतेक लग्नाचं पक्कं करण्याच्या खटपटीसाठीच तो आमच्या गावात आला होता. त्या दोघांच्या गप्पा रंगात आल्या असतानाच मी एखाद्या झंझावातासारखा त्यांच्या समोर हजर झालो आणि ओरडलो, 'तू माणूस आहेस का सैतान?' मी दिवसभरात जे कमावलं होतं ते त्याच्या अंगावर फेकलं आणि खेकसलो, 'पैसाच पाहिजे ना तर हा घे. मरतानाही बरोबर घेऊन जा. आता त्या गरीब शेतकऱ्याला सोड. त्याच्या मुलीचं

क्रियाकर्म करू दे त्याला.'

नंतर मी फौजदाराचे पाय धरले. त्याच्या मोठ्या मनाचा मुद्दाम उल्लेख करून स्तुतिस्तोत्रं गायली. माझ्या मूर्खपणाचा धिक्कार केला. पण अखेर मला गाव सोडावंच लागलं.

❑

संस्कार

चित्रगुप्त आपल्या चोपडीत मोठमोठ्या अक्षरांत पापांचा हिशेब लिहून ठेवतो. मात्र हे काम तो करतो ते पाप्याच्या नकळत. पण काही पापं ही ज्याची त्यालाच ठाऊक असतात. इतरांना त्यांचा अजिबात पत्ता नसतो. मी जी गोष्ट सांगतोय ती ह्याच जातीच्या पापाची. चित्रगुप्तापुढे उभं राहण्यापूर्वीच आपण स्वत:च आपलं पाप कबूल केलं तर अपराधाचं ओझं थोडं हलकं होतं.

मी आता पुढे जो प्रसंग सांगणार आहे तो घडला काल. म्हणजे शनिवारी. आमच्या शेजारी जैन राहतात. त्यांच्याकडे काल काहीतरी समारंभ होता. नेमके कालच आम्ही म्हणजे मी आणि माझी पत्नी निघालो होतो प्राध्यापक नयनमोहनांकडे चहाला.

माझ्या पत्नीचं नाव कलिका. ह्या तिच्या नावाला मी मुळीच जबाबदार नाही. तिचं हे नाव ठेवलंय माझ्या सासऱ्यांनी. नावाप्रमाणे तिचा स्वभाव नाही हे कुणीही कबूल करेल. बडोबाजारात परदेशी कपड्यांच्या विरोधात ती पिकिटिंग करायला गेली होती. तेव्हापासून तिच्या गोटातल्या लोकांनी मोठ्या भक्तिभावानं तिला 'ध्रुवव्रता' हे नाव बहाल केलंय. माझं नाव आहे गिरीन्द्र. पण सर्व लोक मला 'माझ्या बायकोचा नवरा' म्हणूनच ओळखतात. माझ्या नावालाही काही किंमत आहे हे त्यांच्या लक्षातच येत नाही. देवाच्या कृपेनं वाडवडिलांनी पैसाअडका बऱ्यापैकी ठेवलाय. त्यामुळे समाजात मलाही प्रतिष्ठा आहे. पण ह्या गोष्टीकडे ह्या लोकांचं लक्ष फक्त वर्गणी गोळा करताना जातं.

माती आणि पाणी ह्याचं जसं जमतं तसे नवरा-बायकोचे स्वभाव असावेत. म्हणजे एकमेकांशी जुळणारे. पण मी स्वभावानं अगदीच ढिला. मला कोणतीच गोष्ट फार वेळ ताणून धरता येत नाही किंवा दाबूनही ठेवता येत नाही. ह्या उलट कलिका. महा हट्टी. एकदा मनानं घेतलं की घेतलं. मात्र आमच्या स्वभावातील फरकामुळेच आमचा संसार शांततेत चाललाय.

फक्त एकाच गोष्टीत आमच्यात मतभेद होता आणि त्यात समेट होऊ शकत नव्हता. कलिकाचा असा विश्वास होता की माझं देशावर प्रेम नाही. आणि स्वत:च्या विश्वासावर तिचा दृढ विश्वास होता. मी मनातून देशावर किती प्रेम

करतो हे पुरावे देऊन सिद्ध करण्याचा मी प्रयत्न केला. पण तिनं काही ढोबळ लक्षणं निश्चित केली होती. त्यांच्याशी माझ्यातल्या लक्षणांचा मेळ न बसल्यामुळे माझ्या पुराव्यांचा काही उपयोग झाला नाही.

मला लहानपणापासूनच पुस्तकांबद्दल प्रेम. नवीन पुस्तक बाजारात आल्याचं कळताच मी ते विकत आणत असे. नुसतंच विकत आणत नसे तर वाचून त्यावर चर्चाही करत असे. मी पुस्तकप्रेमी आहे, हे माझ्या शत्रूंनीही नाकारलं नसतं. पुस्तकावर चर्चा केल्याशिवाय मला राहवत नाही, हे माझ्या मित्रांना चांगलं ठाऊक असल्यानं ते ती चर्चा टाळण्यासाठी कधी कधी मलाही टाळत. पण एकजण मात्र पुराच फसला होता. बनबिहारी त्याचं नाव. मी मात्र त्याला 'कोनबिहारी' म्हणत असे. कारण गच्चीच्या कोपऱ्यात बसून आमच्या गप्पा चालत. रात्री दोन-दोन वाजेपर्यंत. मी असा पुस्तकांच्या नशेत धुंद होतो तेव्हा माझ्या दृष्टीनं वेळ मात्र चांगली नव्हती. त्यावेळी कोणाच्याही घरात गीता दिसली की पोलिस तो सिडिशनचा पुरावा समजायचे आणि घरात परदेशी पुस्तकाचं फाटकं पान जरी सापडलं तरी आपले देशभक्त त्याला देशद्रोही ठरवायचे. मला ते सावळ्या रंगाचा लेप दिलेला 'श्वेत द्वैपायन' म्हणायचे. सरस्वतीचा रंग गोरा म्हणून त्या काळी देशभक्तांकडून तिची पूजा होत नसे. ज्या सरोवरातून तिचं पांढरं कमळ उमलतं त्या सरोवरातील पाण्यानं देशाच्या दुर्दैवाची आग विझण्याऐवजी भडकते अशी आवईही उठली होती.

माझ्या अर्धांगिनीचं एवढं मोठं उदाहरण माझ्यासमोर असूनही मी खादी वापरत नसे. ती ह्याबद्दल माझ्या मागे सारखी भुणभुण करत असे. पण त्याचा उपयोग झाला नव्हता. खादीत काही कमी आहे किंवा त्यात काहीही गुण नाहीत म्हणून मी खादी वापरत नव्हतो असं मुळीच नव्हतं. कपड्याबद्दल मी फार चोखंदळ होतो असंही नव्हतं. उलट आपल्या चालीरीतींच्या विरुद्ध वागण्याचा गुन्हा मी नेहमीच करत असे. पण असं वागण्यात टापटिपीचा समावेश अजिबात नव्हता. जाड्याभरड्या कापडाचे गबाळे कपडे वापरण्याचीच मला सवय होती. कलिका खादी वापरायला लागण्याआधी मी चीनी बाजारातील रुंद चवड्याचे जोडे वापरत असे. पण त्याला रोज पॉलिश करणं माझ्या लक्षातच राहत नसे. मोजे घालणं म्हणजे मला संकटच वाटायचं. शर्टऐवजी झब्बा आरामदायक वाटायचा. झब्ब्याची एक-दोन बटणं तुटली असली तरी मला फिकीर नसायची. ह्यावरून कलिका इतकी चिडत असे की ती माझ्याशी घटस्फोट घेण्याची चिन्हंसुद्धा दिसायला लागली होती. ती म्हणायची, 'मला तुमच्याबरोबर कुठंही जायला लाज वाटते.'

मी उत्तर देत असे, 'तू एकटीच बाहेर जात जा ना! माझ्यासाठी थांबण्याची

गरज नाही.'

आता काळ बदललाय पण माझं नशीब काही बदललं नाही. अजूनही कलिका म्हणतेच, 'तुमच्याबरोबर बाहेर जायला लाज वाटते.' तेव्हा तिच्या मनासारखे कपडे मी वापरत नव्हतो आणि आजही त्यांचा गणवेश मी वापरत नाही. तेव्हा माझ्या अर्धांगिनीला माझी लाज वाटणं स्वाभाविकच आहे. हा माझ्या स्वभावाचा दोष आहे. कोणत्याही पक्षाचा वेश धारण करायला मला संकोच वाटतो. दुसऱ्याला वेगळं मत असू शकतं हे मान्य करायला कलिका तयारच नाही. पाण्याचा लोंढा जसा मध्ये येणाऱ्या दगडांना सारखा ठोकरतो तशीच ती निराळ्या मताला म्हणजे तिच्या मतापेक्षा वेगळ्या मताला– सतत फटकारत असते. मतात भिन्नता दिसली की तिला जोर चढतो. तिचे हात फुरफुरायला लागतात.

कालसुद्धा चहाला जाताना तिनं माझ्या कपड्यांबद्दल एक हजार एक वेळा तरी नापसंती दाखवली असेल. ती दाखवताना तिच्या आवाजात लेशमात्र गोडवा नव्हता. मला माझ्या बुद्धीचा गर्व फार. तेव्हा मी तिच्याशी वाद घातलाच. वाद घालणं व्यर्थ आहे हे समजत असूनही वाद घातला. स्वभावाला औषध नाही हेच खरं! तिला टोमणा मारला. म्हटलं, 'बायका देवानं दिलेल्या डोळ्यांवर काळ्या, मोठ्या काठाचा पदर ओढून पदराची गाठ आचरणाशी बांधतात. डोकं चालवण्यापेक्षा दुसऱ्याचं ऐकणं त्यांना आवडतं. रुची आणि बुद्धी ह्या दोन स्वतंत्र क्षेत्रांपासून, जीवनातल्या सगळ्याच गोष्टींना दूर सारून, संस्काराच्या जनानी पडद्यात स्वत:ला ढकललं की झालं! ह्या रूढिवादी देशात माळाटिळ्याच्या धार्मिकतेसारखंच खादी वापरणं म्हणजे एक कर्मकांड व्हायला लागलंय आणि बायकांना त्यातच आनंद.'

कलिका भयंकर संतापली. तिचा कर्कश आवाज ऐकून घरातल्या मोलकरणीला वाटलं असेल की बाईना हवा तसा दागिना द्यायला मालक तयार नसावेत. कलिका म्हणाली, 'खादी वापरण्यात शुचिता आहे. ती गंगास्नानाप्रमाणे इथल्या लोकांच्या अंगवळणी पडेल तेव्हाच ह्या देशाचं भलं होईल बरं! स्वभावाला निग्रहाची जोड मिळाली की आचार होतो आणि विचाराला कृतीची जोड मिळाली की संस्कार घडतो. असं होतं तेव्हा माणूस डोळे मिटून कामाला लागतो. उगाच शंका घेत बसत नाही.'

ही वाक्यं प्राध्यापक नयनमोहनांची, पण अवतरण चिन्हे पुसली गेल्यानं कलिका आता त्यांना स्वत:चीच मानते.

'मुक्या माणसाला शत्रू नसतो' असं म्हणणारा नक्कीच अविवाहित असला पाहिजे. मी काहीच बोलत नाही असं पाहून कलिका आणखीच संतापली. 'तुम्ही तोंडानं जातिभेद नाकारता पण कृतीनं काहीही करत नाही. आम्ही खादी वापरून त्या भेदावर अखंड पांघरूण घालतो आणि त्यातली तफावतच झाकून टाकतो.'

बोलणार होतो की मुसलमानाच्या हातची मुर्गी खाऊन जातिभेद नाकारलाय मी. ते नुसतं बोलणं नाही कृतीही आहे. शिवाय ह्या कृतीचा मार्ग खूप खोल जाणारा आहे. कापडानं जातिभेद झाकणं म्हणजे अगदी वरवरची कृती. ते आहे फक्त झाकणं. पुसून टाकणं नव्हे. हे सगळं मोठ्यानं बोलायचं धाडस झालं नाही. मी एक नंबरचा भित्रा. गप्प बसलो. कारण मी तडजोड करायचा प्रयत्न केला की कलिका आमच्या बोलण्यातले मुद्दे, धोबी जसा कपडे आपटून धोपटून स्वच्छ करतो, तसेच आपल्या मित्रमंडळीकडून आपटून धोपटून घासून आणते. तत्त्वज्ञानाच्या प्राध्यापकाकडून म्हणजे नयनमोहनकडून विरोधी मुद्दे पण गोळा करून आणते आणि मग माझ्याकडे जळजळीत नजर टाकत नजरेनंच विचारते, 'काय! हरलात ना?'

नयनमोहनकडे जाण्याची माझी अजिबात इच्छा नव्हती. कारण हिंदू कल्चरमध्ये संस्कार आणि स्वतंत्र बुद्धिमत्ता, आचार आणि विचार ह्यांचा परस्परसंबंध काय आणि त्यामुळे इतर देशांपेक्षा आपल्या देशाचा कसा उत्कर्ष झालाय ह्या विषयावर चर्चा होणार हे ठरलेलं होतं. त्यामुळे चहाच्या वाफेमुळे जशी आजूबाजूची हवा धूसर होते तसंच वातावरण कुंद आणि कोंदट होणार होतं. शिवाय नवीनच निघालेलं, सोनेरी नक्षीनं सजलेलं पुस्तक उशीखाली माझी वाट पाहत होतं. अजून त्याच्यावरचं ब्राऊन पेपरचं वेष्टनही मी काढलं नव्हतं. त्याच्याकडे मन सारखं ओढ घेत होतं. तरीही बाहेर पडावंच लागलं. कारण ध्रुवव्रतेची इच्छा डावलली असती तर अबोला आणि बोल ह्याचं चक्रिवादळ उठलं असतं आणि माझ्या दृष्टीनं ते काही उपकारक नव्हतं.

आमची गाडी घरापासून थोडी दूर गेली असेल नसेल तोच आम्हाला थांबावं लागलं. तिथं एक नळकोंडाळं होतं. त्याला लागूनच कौलारू घरं होती. त्यातल्या एका घरात एका गबदुल हिंदुस्तानी हलवायाचं दुकान होतं. तिथं तब्येतीला धोकादायक असे तळलेले, चमचमीत पदार्थ व मेवामिठाई तयार होत असे. समारंभासाठी म्हणून आमच्या शेजारच्या मारवाड्यांनी तिथून भरपूर खरेदी केली आणि ते वळले नाहीत तोच मोठी गडबड उडाली. 'मारा, मारा, धरा त्याला' असा आरडाओरडा ऐकून मला वाटलं असेल एखादा खिसेकापू. हां हां म्हणता ही गर्दी जमली. गाडीचा कर्णा फुंकत फुंकत गर्दीत घुसून पाहतो तर लोक आमच्या भागातल्या म्हाताऱ्या, सरकारी भंग्याला बेदम मारत होते. तो नळावर आंघोळ करून, धुतलेले स्वच्छ कपडे घालून निघाला होता. त्याच्या एका हातात पाण्यानं भरलेली बादली होती आणि दुसऱ्या हाताशी सात-आठ वर्षांचा नातू. म्हाताऱ्यानं चौकटीचा अर्ध्या बाह्यांचा सदरा घातला होता. नीट विंचरलेले केस भिजले होते. तो दिसायला देखणा आणि बांधेसूद होता. नातूही

गोंडस होता. गर्दीत चुकून त्याचा धक्का मारवाडी गृहस्थांना लागला म्हणून त्याला बेदम मार खावा लागला. नातू घाबरून रडत होता आणि कळवळून 'आजोबांना मारू नका' म्हणून सांगत होता. म्हाताराही हात जोडून म्हणत होता, 'माफ करा. चुकून धक्का लागला.' पण त्याचं बोलणं ऐकून अहिंसावादी पुण्यवंतांचा राग शांत होण्याऐवजी वाढला. म्हाताऱ्याच्या डोळ्यांतून पाणी गळत होतं आणि दाढीतून रक्त.

मला हे सगळं सहन होईना. त्या गर्दीतील लोकांबरोबर भांडणं मला जमण्यासारखं नव्हतं. तेव्हा त्या भंग्याला आणि त्याच्या नातवाला गाडीत घेऊन त्या अहिंसावादी धार्मिक पुण्यवंत लोकांच्यातला नाही हे दाखवून द्यायचं असं मी ठरवलं. माझी एकंदर हालचाल, हावभाव पाहून कलिकाला माझ्या बेताचा अंदाज आला. माझा हात दाबून धरत ती म्हणाली, 'अहो, काय करताय! तो तर भंगी!'

'म्हणून काय झालं? त्याला उगाचच मारायचं?'

'उगाचच कसं? त्याचं चुकलंच. तो रस्त्याच्या कडेकडेनं का नाही गेला? मध्येच का आला आडवा? बाजूनं गेला असता तर काय बिघडलं असतं म्हणते मी!'

'ते काही मला माहीत नाही. मी त्यांना गाडीत घेणारच.'

'तर मग मी इथंच उतरते. त्यांना कसलं गाडीत घ्यायचं! डोंब असता तरी मी काहीही बोलले नसते. पण हा भंगी.'

'अग, पण, पाहा ना! स्वच्छ आंघोळ केलीय त्यानं. इथल्या इतर लोकांपेक्षा त्याचे कपडे स्वच्छ आहेत.'

'असेल. पण जातीनं भंगी आहे तो.'

अखेर मी शोफरला म्हणालो, 'गंगादीन, चल. काढ गाडी पुढे.'

मी हरलो. मी षंढ. नयनमोहन सामाजिक समस्यांबद्दल गंभीरपणे बोलत होते. पण मला त्यांतलं काहीही ऐकू आलं नाही. म्हणून मी काही बोललोही नाही.

❑

आजोबा

(१)

एके काळी नयनजोडचे जमीनदार 'बाबू' म्हणून विशेष प्रसिद्ध होते. त्या काळी 'बाबू' होणं सोपं नव्हतं. 'राजा' किंवा 'रायबहादुर' किताब मिळवण्यासाठी आजकाल जसा खर्च, धावपळ, नाचानाच, हांजी हांजी करावी लागते तशीच सर्वसाधारण लोकांकडून 'बाबू' ही पदवी मिळवण्यासाठी मोठी कठोर तपश्चर्या करावी लागत असे.

आमच्या नयनजोडच्या बाबूंच्या बाबूगिरीला ढाक्याच्या कपड्याचा काठसुद्धा टोचत असे. मांजराच्या पिलाच्या लग्नाला ते लाख रूपये खर्च करत. एकदा तर म्हणे एका उत्सवासाठी त्यांच्यातल्या कोणी रात्रीचा दिवस करून दाखवण्याची प्रतिज्ञा केली. त्यासाठी हजारो दिवे तर पाजळलेच. पण सूर्यकिरणांचा आभास निर्माण करण्यासाठी खऱ्या चांदीच्या जरीचा त्यांनी वर्षाव केला.

ह्यावरून त्या काळी 'बाबू' ही पदवी वडलोपार्जित नव्हती तर मिळवावी लागत होती हे सहज लक्षात यावं. बऱ्याच वाती लावलेली समई आपलं तेल आपणच खाऊन बसते तसंच काहीसं ह्या बाबूंचं होत असे.

आमचे कैलासचंद्र रायचौधरी हे नयनजोडच्या त्याच प्रख्यात बाबूंचे वंशज. त्यांच्या जन्माच्या वेळीच समईतलं तेल संपत आलं होतं. त्यांचे वडील वारल्यावर त्यांच्या क्रियाकर्माच्या वारेमाप खर्चामुळे समईची वात एकदम मोठी होऊन विझून गेली. कर्जापोटी सगळी मालमत्ता विकावी लागली. किरकोळ जे काही शिल्लक राहिलं होतं त्यातून वाडवडलांची इभ्रत राखणं शक्य नव्हतं. म्हणूनच आपल्या मुलासह त्यांनी नयनजोडला रामराम ठोकला आणि ते कलकत्त्याला येऊन राहिले. पण एक मुलगी मागे ठेवून मुलानंही ह्या दरिद्री संसाराचा निरोप घेऊन परलोकाचा मार्ग धरला.

आम्ही त्यांचे कलकत्त्याचे शेजारी. पण आमची कथा त्यांच्या अगदी उलट होती. माझ्या वडिलांनी स्वत:च्या कर्तबगारीवर पैसा मिळवला. त्यांनी कधी गुडघ्याखाली जाईल असं धोतर नेसलं नाही. ते पै-पैशाचा हिशेब ठेवत. 'बाबू' बनण्याची त्यांची आकांक्षा कधीच नव्हती आणि म्हणूनच मला त्यांच्याबद्दल

कृतज्ञता वाटते. मी त्यांचा एकुलता एक मुलगा. मला त्यांनी व्यवस्थित शिक्षण दिलं. आयुष्यभर मानानं जगता येईल एवढा पैसा मला कष्टाशिवाय मिळाला हे मी माझं भाग्यच समजतो. रिकाम्या तिजोरीत वडीलोपार्जित वैभवशाली इतिहास ठेवण्यापेक्षा लोखंडी पेटीत वडलांनी घेऊन ठेवलेले सरकारी रोखे माझ्या दृष्टीनं जास्त मोलाचे होते.

ह्याच कारणामुळे की काय कैलासबाबू आपल्या पूर्वीच्या वैभवाच्या बुडालेल्या बँकेवर भला मोठा चेक काढायचा प्रयत्न करत तेव्हा ते मला खपत नसे. माझ्या वडिलांनी स्वत:च्या ताकदीवर पैसा मिळवला म्हणून कैलासबाबू आम्हाला हिणवतात, आमची उपेक्षा करतात, असं मला वाटत असे. मला त्यांचा राग येत असे. मला समजायचं नाही की खरी उपेक्षा कोणाची व्हायला पाहिजे. जन्मभर कठोर परिश्रम करून, अनेक गोष्टी अव्हेरून, प्रलोभनांना बळी न पडता, लोकांच्या बोलण्याकडे दुर्लक्ष करून, मोठ्या कौशल्यानं प्रतिकूल परिस्थितीवर मात करून आणि आलेल्या संधीचा लाभ घेऊन ज्यांनी रुप्याच्या राशीवर राशी रचत संपत्तीचा पिरॅमिड उभारला आणि तोही एका हाती– अशा माणसाला तो पायघोळ धोतर नेसत नाही म्हणून कमी लेखायचं?

त्या वेळी मी वयानं लहान होतो. म्हणूनच असा विचार करत होतो, कैलासबाबूंचा राग राग करत होतो. पण आता वय झाल्यावर वाटतं की त्यात त्याचं काय चुकलं? आणि माझं तरी काय बिघडत होतं? माझ्याकडे भरपूर पैसा होता. मला काहीच कमी नव्हतं. त्यांच्याजवळ पैसाअडका नव्हता पण पूर्वीच्या गोष्टींचा अभिमान बाळगून त्यांना सुख वाटत असेल तर त्यात माझं काय जात होतं? त्यांना त्यातच समाधान मिळत असेल तर काय हरकत होती?

माझ्याखेरीज दुसऱ्या कोणाचाही कैलासबाबूंवर राग नव्हता हेही मला माहीत होतं. कारण त्यांच्यासारखा साधासीधा माणूस सापडणं कठीणच. ते रीतीला चुकत नसत. शेजाऱ्यापाजाऱ्यांच्या सुखदु:खात सामील होत. आबालवृद्ध कोणीही भेटलं तर हसून त्याची विचारपूस करत. त्यांच्या शिष्टाचाराप्रमाणे ते सर्वांची खुशाली विचारल्याशिवाय राहत नसत. म्हणूनच कोणीही भेटलं तरी एक लांबलचक प्रश्नावली सुरू होत असे. 'कसं काय? बरं आहे ना? शशी खुशाल आहे ना? आपले बडे बाबू काय म्हणताहेत? त्यांचं ठीक चाललंय ना? मधूच्या मुलाला ताप आला होता म्हणून कळलं. आता कसा आहे? बरा आहे का? हरिचरणबाबू बऱ्याच दिवसांत दिसले नाहीत. आजारी-बिजारी तर नाहीत? तुमचा राखाल काय म्हणतोय? घरचे सगळे खुशाल?' वगैरे वगैरे.

कैलासबाबूंना स्वच्छतेची आणि नीटनेटकेपणाची फार आवड होती. त्यांच्याकडे

फारसा कपडालत्ता नव्हता. पण जो काही होता तो ते अगदी स्वच्छ ठेवत. बंडी, कुडता, उपरणं, चादर, उशीचा अभ्रा, सतरंजी– सर्व काही झाडून झटकून, ऊन देऊन व्यवस्थित घडी घालून ठेवत. जेव्हा जेव्हा ते दिसत तेव्हा ते जणू बाहेर जाण्याच्या तयारीत असल्यासारखे दिसत. घरात असलेलं किरकोळ सामानही ते इतकं व्यवस्थित ठेवत की पाहणाऱ्याला घर अगदी भरल्यासारखं वाटत असे.

घरात पूर्वीसारखे नोकर नसल्यानं दार लावून ते स्वत:च धोतर चुणून ठेवत, उपरणं आणि सदरा घडी घालून चापूनचोपून ठेवत. त्यांची जमीनदारी गेली होती. विशेष मूल्यावान जिन्नसही राहिले नव्हते. एक किमती अत्तरदाणी, गुलाबदाणी, एक सोन्याची ताटली, चांदीचा हुक्का, एक भारी शाल, जुना अंगरख्याचा जोड आणि पगडी दारिद्र्याच्या घशातून कसंबसं ओढून काढून त्यांनी वाचवलं होतं. एखादा समारंभ असला की ह्या वस्तू बाहेर काढून नयनजोडच्या जगप्रसिद्ध बाबूंची इभ्रत राखली जात असे.

कैलासबाबू अतिशय सरळ, सज्जन, प्रामाणिक असले तरी त्यांच्या बोलण्यातून अभिमान डोकावयाचा. हा अभिमान वाडवडिलांच्याबद्दल वाटणाऱ्या श्रद्धेतून आलाय ह्याची इतरांना जाणीव असल्यानं ते त्याबद्दल नाराजी न दाखवता तो गृहितच धरत.

आजूबाजूचे लोक त्यांना 'ठाकूरदामोशाइ' म्हणत. त्याच्या घरी सतत लोकांची ये-जा असे. पण तंबाखूचा खर्च त्यांना परवडण्यासारखा नव्हता. म्हणून येणाऱ्यातला कोणी ना कोणी दोन-एक शेर तंबाखू विकत घेऊन त्यांना देत असे आणि म्हणत असे, 'ठाकूरदामोशाइ, जरा बघा तर! गयेची उत्तम तंबाखू मिळालीय बघा!'

कैलासबाबू एक-दोन झुरके घेत आणि म्हणत, 'वा! भाई, वा! छान आहे हं तंबाखू!'

मग साठ-पासष्ठ रुपये शेराच्या तंबाखूबद्दल बोलायला लागत आणि विचारत की कोणाला तिची लज्जत घ्यायची आहे का? पण सगळ्यांनाच माहीत होतं की कोणी चुकून हो म्हटलंच असतं तर त्यांना पेटीची किल्लीच सापडली नसती किंवा इकडे तिकडे शोधल्यासारखं करून त्यांनी त्यांच्या जुन्या नोकरावर– गणेशवर–वस्तू जागेवर न ठेवल्याचा आरोप केला असता आणि गणेशनंही तो आरोप निमूटपणे मान्य केला असता. म्हणूनच सगळे एक सुरात सांगत, 'ठाकूरदामोशाइ, राहू द्या. आम्हाला तसली तंबाखू नाही चालायची. आमच्यासारख्यांना हीच बरी!'

हे ऐकताच कैलासबाबू पुन्हा आग्रह करत नसत. फक्त किंचित हसत.

सगळे जायला निघाले म्हणजे ते अचानक विचारत, 'अरे खरंच, तुम्ही सगळे एकदा जेवायला या ना! केव्हा येता?'

सगळे म्हणत, 'एक दिवस नक्की ठरवून सांगतो तुम्हाला.'

मग कैलासबाबू म्हणत, 'तसंच करा. पण थोडा पाऊस पडून हवा थंड होऊ द्या. असल्या उकाड्यात जड जेवण जात नाही.'

पण पाऊस पडल्यावरही कोणी त्यांना ह्या गोष्टीची आठवण करून देत नसे आणि त्यातूनही कोणी तसं केलंच तर बाकीचे लगेच म्हणत, 'छे! छे! ह्या पावसात नको बुवा!'

लहानशा घरात राहणं खरं तर कैलासबाबूंना शोभण्यासारखं नव्हतं. त्यामुळे त्यांना त्रास होतो, गैरसोय होते हे त्यांच्यासमोर सगळेच कबूल करत. पण त्यांना हवं तसं घर कलकत्त्यात विकत मिळणं महाकठीण ह्याबद्दल कोणालाच शंका नव्हती. एवढंच नव्हे तर गेल्या सहा-सात वर्षांत कैलासबाबूंसाठी मोठं भाड्याचं घरही कोणाला शोधून सापडलं नव्हतं. अखेर ठाकूरदामोशाइ म्हणायचे, 'जाऊ द्या भैया, तुमच्या जवळ राहण्यातच मला सुख-समाधान मिळतं. नयनजोडला केवढा मोठा वाडा आहेच की! पण तिकडे जावंसं वाटत नाही.'

सर्वांना त्यांची खरी परिस्थिती माहीत आहे, हे कैलासबाबूंना कळून चुकलं असावं. मला तरी तसंच वाटत होतं. भूतकाळातल्या नयनजोडला ते वर्तमानकाळात आणत, तेव्हा कोणीच ही गोष्ट खोडून काढत नसे. उलट सर्वच त्यांच्या म्हणण्याला मान डोलावीत. दोन्ही पक्षात चाललेल्या ह्या लपंडावात स्नेहाची, प्रेमादराची भावना दडलेली आहे हेही ते जाणून होते.

पण मला मात्र ह्या सर्व प्रकारचा राग येत असे. लहान वयात हा त्यांचा निरुपद्रवी गर्वही जिरवावा असं मला वाटत असे. इतर हजारो मोठ्या अपराधांपेक्षा हा पोरकटपणा मला अगदी असह्य होत असे. कैलासबाबू तसे अडाणी, मूर्ख नव्हते. सर्वजण आवर्जून त्यांची मदत घेत, सल्ला मागत. त्यांच्याकडे चार गोष्टी विचारायला जाणं सर्वांनाच आवडत असे. पण नयनजोडच्या वैभवाबाबत बढाया मारताना मात्र त्यांना सारासार विचाराचं अजिबात भान राहत नसे. त्यांनी वाटेल त्या बढाया मारल्या तरी त्यांच्यावरील प्रेमापोटी कोणी त्यांना अडवत नसे. त्यामुळे बरेच वेळा ते मर्यादा ओलांडत. त्यांना खूष करण्यासाठी म्हणा किंवा त्यांची थोडी गंमत करावी म्हणून म्हणा कोणी कोणी नयनजोडच्या वैभवाचं वाढवून चढवून वर्णन केलं तरी ते अगदी सहजपणे कबूल करत. अशा गोष्टींवर इतरांचा विश्वास बसणार नाही, असं त्यांना स्वप्नातही वाटत नसे.

कैलासबाबू हवेतले इमले बांधून त्यातच राहतात आणि त्यांनाच सत्य मानतात, असं मला वाटायचं आणि हे इमले सर्वांसमोर तोफेच्या माऱ्यानं

जमीनदोस्त करायची मला इच्छा व्हायची. एखादा पक्षी झाडाच्या फांदीवर शांत बसला असला तरी शिकाऱ्याला त्याला गोळी घालविशी वाटतेच. डोंगराच्या कडेला असलेला दगड लाथेनं खाली ढकलण्याची अनावर इच्छा मुलांना होतेच. कोणत्याही क्षणी कोसळून पडेल अशी डुगडुगणारी वस्तू एखाद्या क्षुल्लक आधारानं उभी असेल तर ती पाडण्यातच तिची खरी मुक्तता आहे. पाहणाऱ्यालाही त्यामुळे समाधानं वाटतं. कैलासबाबूंचा खोटेपणा अगदी उघड उघड कळत होता. त्याचा पाया खिळखिळा झाला होता. सत्याच्या बंदुकीच्या टप्प्यात तो छाती फुगवून नाचत होता. त्याचा त्याच क्षणी गोळी घालून नाश करावा असं मला फार फार वाटत असे. पण आळस म्हणा किंवा समाजाला मान्य असलेली रीतभात सांभाळायची म्हणून म्हणा मी ह्या भानगडीत कधी पडलो नव्हतो.

(२)

पूर्वी कैलासबाबूंबद्दल माझी जी मत होती, त्यांचा आता विचार केल्यावर माझ्या असं लक्षात आलं की कैलासबाबूंबद्दल माझ्या मनात जो राग होता त्याला एक कारण होतं. ते जरा सविस्तर सांगितलं पाहिजे.

मी बड्या घरचा असूनही एम. ए. झालो होतो. तरुण असूनही मला कुठलंही व्यसन नव्हतं. वाईट सवयही नव्हती. वडिलांच्या मृत्यूनंतर त्यांचा सर्व कारभार माझ्या हातात येऊनही माझ्यात काहीही बदल झाला नव्हता. दिसायलाही 'मी देखणा आहे.' असं म्हटल्यास कोणी मला गर्विष्ठ म्हटलं नसतं आणि 'मी खोटं बोलतोय' असा आरोपही केला नसता.

ह्याचाच अर्थ बंगालच्या लग्नाच्या बाजारात माझा भाव भलताच वधारला होता आणि त्याची पुरेपूर वसुली करायचीच, असं मी ठरवलं होतं. श्रीमंत बापाची एकुलती एक सुंदर, सुशिक्षित मुलगी मला पत्नी म्हणून हवी होती. दहा ते वीस हजार रुपये हुंडा द्यायला देशविदेशातील वधूपिते तयार होते. मी शांतपणे त्यांना पारखून घेत होतो. पण मला पाहिजे तशी मुलगी अजून तरी मिळाली नव्हती. अखेर भवभूतीप्रमाणे मलाही वाटायला लागलं,

'मज समतुल्य कोणीतरी जन्माला येईल
कारण
काळ आहे असीम आणि पृथ्वी विशाल.'

पण सध्या तरी ह्या लहानशा बंगदेशात अशी खास, विशेष कोणी जन्मली होती की नाही कोण जाणे!

मुलीच्या लग्नाच्या काळजीनं बेजार झालेले लोक माझी स्तुतिस्तोत्रं गात होते आणि विविधोपचारे माझी पूजा करत होते. मुलगी पसंत पडो वा न पडो त्यांची पूजा मला काही गैर वाटत नव्हती. मी उत्तम स्थळ असल्यानं मुलींच्या बापांनी माझी अशी पूजा केलीच पाहिजे, अशी माझी मीच समजूत करून घेतली होती. देव वर देवो वा न देवो, त्याची यथाविधी पूजा केली पाहिजे. नाहीतर त्याचा कोप होतो. माझीही नियमित पूजा होऊ लागल्यानं मीही स्वत:ला देवस्वरूप मानायला लागलो होतो.

कैलासबाबूंना एक नात होती, हे मी ह्याआधी सांगितलंच आहे. मी तिला पुष्कळ वेळा पाहिलं होतं. पण मला ती कधी सुंदर आहे, असं वाटलं नव्हतं. अर्थात् तिच्याशी मी लग्न करण्याचा प्रश्नच नव्हता. तरीही मी 'उत्तम स्थळ' असल्यानं कैलासबाबूंनी कोणातरी मार्फत किंवा स्वत: येऊन आपल्या नातीबद्दल विचारावं असं मला वाटत होतं. पण त्यांनी तसं काही केलं नाही.

कैलासबाबू माझ्या एका मित्राजवळ बोलता बोलता बोलले होते की नयनजोडचे बाबू स्वत: पुढाकार घेऊन कधीही कोणत्याही कारणानं कोणाजवळ विनवणी करायला जात नाहीत. माझी नात जन्मभर कुंवार राहिली तरी मी कुळाचार मोडणार नाही.

हे ऐकून मला अतिशय राग आला. बरेच दिवस तो माझ्या मनात धुमसत होता. केवळ मी सभ्य होतो म्हणूनच गप्प बसलो.

जशी मेघगर्जना म्हटली की वीज आलीच तशीच माझ्या रागीटपणाला खट्याळपणाची जोड होती. म्हाताऱ्याची खोडी काढायची संधी मला कधी मिळाली नव्हती. पण एके दिवशी माझ्या मनात एक अजब क्लृप्ती आली आणि ती अमलात आणायचा मोह मला आवरता आला नाही.

मी ह्या आधी सांगितलंच आहे की म्हाताऱ्याला खूष करण्यासाठी लोक खोट्यानाट्या गोष्टी बनवून सांगत. आमच्या भागात एक निवृत्त डेप्युटी मॅजिस्ट्रेट राहत होते. ते नेहमी म्हणत "ठाकूरदा, छोटे लाटसाहेब कधीही भेटले तरी नयनजोडच्या बाबूंची विचारपूस केल्याशिवाय राहत नाहीत. ते काय म्हणतात, माहीत आहे? बंगालमध्ये वर्धमानचे राजे आणि नयनजोडचे बाबू हे दोघंच अस्सल खानदानी आहेत.''

हे ऐकून कैलासबाबू एकदम खूष होत. जेव्हा जेव्हा डेप्युटी मॅजिस्ट्रेट साहेबांची भेट होत असे तेव्हा तेव्हा क्षेमकुशल विचारून झाल्यावर ते न चुकता विचारीत, 'छोटे लाटसाहेब खुशाल आहेत ना? आणि त्यांच्या मेमसाहेब? त्याही ठीक आहेत ना? मुलंबाळं?' लवकरच साहेबांना भेटायला जाणार असल्याचं सांगत. पण डेप्युटी मॅजिस्ट्रेटना हे माहीत होते की नयनजोडच्या

बाबूंची चार घोड्यांची गाडी छोट्या लाटसाहेबांकडे जाईपर्यंत छोटे लाटच नाही तर बडे लाटही बदली होऊन जातील.

एके दिवशी सकाळीच उठून मी कैलासबाबूंकडे गेलो आणि त्यांना एका बाजूला घेऊन हळूच म्हणालो, 'ठाकूरदा, काल मी लेफ्टनंट-गव्हर्नरकडे पट्टी द्यायला गेलो होतो. त्यांनी नयनजोडच्या बाबूंची गोष्ट काढताच मी त्यांना नयनजोडचे कैलासबाबू कलकत्त्यातच असल्याचं सांगितलं. ते ऐकून इतक्या दिवस तुम्हाला भेटायला न आल्याबद्दल त्यांना फार वाईट वाटलं. आज दुपारी गुपचूप येऊन ते तुम्हाला भेटून जाणार आहेत. त्यांनीच मला हे सांगितलं.'

दुसरं कुणी असतं तर त्याला हे खरं वाटलं नसतं. दुसऱ्या कुणाबद्दल असतं तर कैलासबाबूंनीही हे हसण्यावारी नेलं असतं. पण स्वतःच्या संबंधी असल्यामुळे त्यांना ही गोष्ट खरी वाटली. माझा निरोप ऐकून ते खूष झाले आणि थोडे गडबडलेही. लाटसाहेब येणार तर मग त्यांना बसवावं कुठं? काय करायला हवं? त्यांचं स्वागत कसं करावं? नयनजोडची इभ्रत कशी राखावी? त्यांना काहीच सुचेनासं झालं. शिवाय त्यांना इंग्रजी येत नव्हतं. मग ते लाटसाहेबांशी बोलणार कसे? हाही महत्त्वाचा प्रश्न होताच.

मी त्यांना म्हटलं की त्याची काळजी नको. त्यांच्याबरोबर दुभाषा असतोच. पण ह्या भेटीच्या वेळी कोणी दुसरं तिथं नसावं अशी त्यांची इच्छा आहे.

दुपारच्या वेळी आसपासचे बहुतेक लोक ऑफिस मध्ये गेले होते. जे घरी होते ते दुपारच्या विश्रांतीसाठी आडवे झाले होते. अशा वेळी दोन घोड्यांची बगी कैलासबाबूंच्या घराच्या दारात येऊन थांबली. बिल्ला लावलेल्या चपराशानं येऊन वर्दी दिली, 'छोटे लाटसाहेब आया!'

जुना ठेवणीतला अंगरखा आणि पगडी घालून कैलासबाबू तयार होतेच. त्यांचा जुना नोकर गणेश ह्यालाही त्यांनी आपलं धोतर, सदरा, उपरणं घालायला देऊन व्यवस्थित सजवलं होतं. छोटे लाटसाहेब आल्याचं कळताच ते धावतपळत, धापा टाकत त्यांच्या स्वागतासाठी पुढे गेले आणि वाकून सलाम करत इंग्रजासारखा पोषाख केलेल्या माझ्या एका मित्राला आत घेऊन आले.

एका बैठकीवर त्यांनी आपली भारी शाल पसरली होती. त्यावरच त्यांनी ह्या तोतया लाटसाहेबाला बसवलं. मग उर्दूत लिहिलेलं एक लांबलचक भाषण अती अदबीनं वाचून दाखवलं. वडीलोपार्जित संपत्तीतील जिवापाड जपलेली एक अशरफींची माळ नजराणा म्हणून सोन्याच्या ताटलीतून त्यांनी लाटसाहेबांना दिली. अत्तरदाणी आणि गुलाबपाणी घेऊन गणेश उभा होताच.

कैलासबाबू काकुळतीनं पुन्हा पुन्हा म्हणत होते की नयनजोडच्या वाड्यात लाटसाहेबांनी पायधूळ झाडली असती तर त्यांनी त्यांचं यथोचित आदरातिथ्य

केलं असतं. कलकत्त्यात ते तसे परकेच. पाण्याबाहेर काढलेल्या माशासारखी त्यांची अवस्था. वगैरे वगैरे.

भली मोठी हॅट घातलेला माझा मित्र गंभीरपणे त्यांचं बोलणं ऐकून मान हलवत होता. इंग्रजी पद्धतीप्रमाणे घरात जाताच त्यानं हॅट काढायला पाहिजे होती. पण आपलं बिंग फुटू नये म्हणून त्यानं ती काढली नव्हती. कैलासबाबू आणि त्यांचा तो अभिमानानं आंधळा झालेला नोकर दोघंच घरात होते म्हणून बरं! आणखी कुणी असतं तर ह्या बंगाल्याचं सोंग केव्हाच ओळखलं असतं.

दहा मिनिटं मान हलवल्यावर माझा मित्र उठला आणि आधी ठरवल्याप्रमाणे चपराशानं सोन्याच्या ताटलीसकट अशरफींची माळ, बैठकीवरची शाल आणि गणेशच्या हातातील अत्तरदाणी, गुलाबदाणी गाडीत नेऊन ठेवली. 'अशीच छोट्या लाटसाहेबांची प्रथा असावी,' असंच कैलासबाबूंना वाटलं. शेजारच्या खोलीत गुपचूप बसून मी हा सर्व प्रकार पाहत होतो. हसू दाबता दाबता मी अगदी हैराण झालो होतो.

हसू दाबणं अशक्य झालं तेव्हा दुसऱ्या खोलीत जाऊन पोटभर हसावं असा विचार करून मी एका खोलीत शिरलो. समोर पाहतो तर एका खाटेवर एक मुलगी हमसून हमसून रडत होती. मी हसत हसत अचानक आत शिरल्यामुळे ती ताडकन् उठून उभी राहिली आणि गहिवरलेल्या आवाजात रागारागानं म्हणाली, 'माझ्या आजोबांनी तुमचं काय केलं होतं? का तुम्ही त्यांना असं फसवताय? का आलात इथं?' शेवटी तोंडातून शब्द फुटेना तेव्हा पदराचा बोळा तोंडात कोंबून ती पुन्हा रडायला लागली.

माझी हसण्याची उबळ तिथल्या तिथं जिरली. मी कैलासबाबूंची फक्त थट्टा करायला गेलो होतो. माझा आणखी दुसरा कोणताही उद्देश नव्हता. पण आता माझ्या लक्षात आलं की मी त्यांच्या मर्मावरच घाव घातला होता. माझ्या थट्टेत अत्यंत नीचपणा होता, निष्ठुरपणा होता हे जाणवताच मी शरमेनं अर्धमेला झालो. मला पश्चात्ताप झाला. लाथ बसलेल्या कुत्र्यासारखा मी त्या खोलीतून बाहेर पडलो. त्या म्हाताऱ्यानं असा कोणता अपराध केला होता? त्याचा अभिमान निरुपद्रवी होता. त्याचा कधी कुणाला त्रास झाला होता? माझा अभिमान नव्हे अहंकार एवढा का दुखावला गेला? त्यानं असं हिंस्र रूप का धारण केलं?

आणखी एका गोष्टीबाबत माझे डोळे उघडले. आतापर्यंत कैलासबाबूंच्या नातीला– कुसुमला– मी अविवाहित तरुणाच्या पसंतीची वाट पाहत असलेली, सुरक्षित विकाऊ वस्तूच समजत होतो. मी हिला पसंत केली नाही म्हणून ही इथं पडून राहिलीय, असंच मला वाटत होतं. सुदैवानं कोणी हिला पसंत करेलही!

पण आज माझ्या लक्षात आलं की ह्या घराच्या कोपऱ्यात पडून असलेल्या ह्या मुलीच्या अंतरंगात मानवी हृदय होतं. तिचं सुखदु:ख, रागलोभ ह्यांनी भरलेलं मन अज्ञात भूतकाळ आणि गूढ भविष्यकाळ– ह्या दोन रहस्यांच्यामध्ये हिंदकळत होतं. अशा हृदयाच्या मालकिणीची किंमत हुंड्याच्या रकमेवरून आणि नाकडोळ्यांच्या मापांवरून ठरवायची का?

रात्री मला झोप आली नाही. आदल्या दिवशी आजोबांकडून उचलून आणलेल्या लाखमोलाच्या वस्तू घेऊन मी सकाळीच हळूच कैलासबाबूंकडे गेलो. चूपचाप नोकराकडे वस्तू देऊन निघून यायचा माझा बेत होता. पण नोकर कुठंच दिसेना म्हणून मी इकडे तिकडे पाह्यला लागलो. तेव्हा पलीकडच्याच खोलीत नात आणि आजोबा ह्यांच्या गप्पा चालल्या असल्याचं दिसलं. मी कानोसा घेतला. नात आजोबांना अगदी गोड आवाजात लाडात येऊन विचारत होती, 'आजोबा, काल लाटसाहेबांचं आणि तुमचं काय बोलणं झालं हो?'

आजोबा मोठ्या खुषीत नयनजोडच्या घराण्याची काल्पनिक स्तुती लाटसाहेबांच्या तोंडची म्हणून नातीला ऐकवत होते आणि नातही आनंदानं ती ऐकत होती.

ती नात त्या क्षणी त्या आजोबांची जणू आई झाली होती. त्यांची ती करुणास्पद बतावणी ती प्रेमानं ऐकत होती हे पाहून मला भरून आलं. बराच वेळ मी तसाच उभा राहिलो. शेवटी आजोबा तिथून निघून गेल्यावर मी कुसुमसमोर काल उचलून नेलेल्या सर्व वस्तू ठेवल्या आणि तिथून निघून आलो.

माझ्या नेहमीच्या रिवाजाप्रमाणे कैलासबाबू समोर दिसले असते तर मी नमस्कारसुद्धा केला नसता. पण आज त्यांना मी नमस्कार केला. काल छोटे लाटसाहेब आल्यामुळे मी भारावला गेलोय असंच त्यांना वाटलं असावं. ते खुषीत येऊन छोट्या लाटसाहेबांचं बोलणं वाटेल तसं बनवून सांगत होते. मी काहीही न बोलता त्याचं बोलणं मुकाट्यानं ऐकत होतो. त्यांनी इतर लोकांनाही हे सर्व सांगितलं होतं. कुणाचाही त्यांच्यावर विश्वास बसला नव्हता. तरीही कुणीही त्यांना अडवलं नव्हतं. सर्वांनी मोठ्या आनंदानं ते ऐकून घेतलं होतं.

कैलासबाबू एकटे आहेत असं पाहून मी लाजत लाजत त्यांना म्हणालो, 'नयनजोडच्या घराण्याशी आमच्या घराण्याची तुलना होणार नाही. तरीही...'

मी मांडलेला प्रस्ताव ऐकताच कैलासबाबूंनी मला कडकडून मिठी मारली. अतिशय आनंदानं ते म्हणाले, 'मी गरीब माणूस. माझं एवढं भाग्य असेल असं वाटलं नव्हतं. कुसुमची पुण्याई थोर म्हणून तुम्ही आज इथं आपणहून आलात.' बोलता बोलता त्यांच्या डोळ्यांना धारा लागल्या.

आपल्या घराण्याचं पूर्वीचं वैभव विसरून आज प्रथमच त्यांनी आपली

गरिबी कबूल केली होती. माझ्याशी संबंध जोडल्यानं त्यांच्या घराण्याची प्रतिष्ठा कमी होते असं त्यांना मुळीच वाटलं नव्हतं. मी म्हाताऱ्याची टर उडवण्याचा बेत आखत होतो आणि ते तर मला नातीसाठी 'उत्तम स्थळ' समजत होते, माझ्या मागणीचीच वाट पाहत होते.

❑

प्रथम तिज पाहता...

कांतिचंद्राचं वय तसं फार नव्हतं. तरीही पहिल्या पत्नीच्या मृत्यूनंतर तो दुसरं लग्न करण्यास तयार नव्हता. त्याऐवजी शिकारीतच तो आपलं मन रमवत होता. उंच, शिडशिडीत पण सुदृढ कांतीचे डोळे पाणीदार होते. पोशाख असे पाश्चात्त्यासारखा. एकंदर पाहता तो जीवनात यशस्वी असल्याचं जाणवत होतं. हिरा सिंग, छक्कनलाल ह्यांच्यासारखे पहिलवान आणि खाँसाहेब, मियाँसाहेब अशा गाण्याबजावण्यातील लोकांची त्यांच्याकडे सतत ये-जा असे. ह्याशिवाय नोकरचाकर आणि पित्ते असतच.

मार्गशीर्षाच्या मध्यावर कांती काही मित्रांना घेऊन नैदिघी नदीच्या काठी शिकारीसाठी गेला होता. नदीच्या काठी दोन हाऊस बोटीत ते राहिले होते. इतर तीन चार नावात नोकरचाकर. एका लहानशा गावाच्या घाटाजवळच बोटी व नावा लावल्यामुळे गावातल्या बायकांना अंघोळ, पाणी, धुणीभांडी करणं अशक्यच झालं होतं. दिवसभर बंदुकीचे बार आणि रात्री उस्तादांच्या तानबाजीनं गावची झोप उडाली होती.

एके दिवशी कांती बोटीतील त्याच्या खोलीसमोरच्या डेकवर बसून स्वत:ची बंदूक काळजीपूर्वक साफ करत होता. अचानक त्याला अगदी जवळून बदकांचा कलकलाट ऐकू आला. त्यानं मान वर करून पाहिलं. एक मुलगी बदकांच्या दोन पिल्लांना घेऊन घाटावर आली होती. नदी लहान होती आणि तिला फारसं पाणीही नव्हतं. तिच्यात जागोजागी शेवाळ साठलं होतं. त्या मुलीनं बदकांना पाण्यात सोडलं. पण ती नजरेच्या टप्प्याबाहेर जाणार नाहीत ह्याची काळजी ती घेत होती. मोठ्या मायेनं ती त्यांना सांभाळत होती. एरवी ती बदकांना सोडून निघून गेली असती. पण गावात शिकारी आल्यानं ती धास्तावली होती.

त्या मुलीचं सौदर्यं टवटवीत व अस्पर्शित होतं. जणू काही विश्वकर्म्यानं नुकतीच तिची निर्मिती केली होती आणि लगेचच तिला इथं पाठवलं होतं. तिचं वय सांगणं कठीण होतं. ती वयात आली असावी पण तिचा चेहरा अतिशय कोवळा होता. ह्या जगाचा वारा अजून तिला लागला नसावा किंवा

तिनं तारुण्यात पाऊल टाकलंय ही बातमी अजून तिच्यापर्यंत पोहोचलीच नसावी.

कांतीचं बंदूक साफ करण्याचं काम तसंच राहिलं. तो त्या मुलीकडे अवाक होऊन पाहतच राहिला. अशा आडगावी असं सौंदर्य पाह्यला मिळेल असं त्याला स्वप्नातही वाटलं नव्हतं. अर्थात् राजाच्या अंत:पुरापेक्षा इथंच ते सौंदर्य शोभून दिसत होतं. फुलदाणी सोन्याची असली तरी फुलाचं सौंदर्य खरं खुलतं ते झाडावरच. शरद ऋतूतली सकाळ. कोवळ्या उन्हात दंव पडलेलं गवत चमचमत होतं आणि त्या गवतातून उठून दिसणार ताजा, टवटवीत चेहरा. साधासुधा पण विलक्षण सुंदर. जणू आश्विनात माहेरी येणारी दुर्गाच. कांती तिच्याकडे डोळे विस्फारून पाहत होता. मंदाकिनीच्या तीरावर उमाही अशीच हंसांना घेऊन येत असेल. कालीदास ती गोष्ट लिहिण्याचं विसरूनच गेला बहुधा.

एकाएकी ती मुलगी घाबरल्याचं दिसलं. आपल्या बदकांना घेऊन रडवेल्या चेहऱ्यानं ती घाईघाईनं निघाली. तिचा मुका आक्रोश तिच्या तोंडावरून स्पष्टपणे जाणवत होता. तिला काय झालं हे पाहण्यासाठी कांती पुढे आला तेव्हा त्याच्या लक्षात आलं की त्याचा एक रसिक पित्त्या तिची गंमत करण्यासाठी बंदूक रोखून उभा होता. कांतीनं त्याच्या हातातून बंदूक काढून घेतली आणि पुढचामागचा विचार न करता त्याच्या गालावर सणसणीत चपराक ठेवून दिली. अकस्मात रसभंग झाल्यानं तो भांबावून धपकन् खाली बसला. कांती पुन्हा डेकवर येऊन बंदूक साफ करायला लागला.

त्याच दिवशी त्या खेडेगावातील गर्द सावलीच्या रस्त्यावरून शिकारी मंडळी गावाबाहेर शेताकडे निघाली होती. त्यांच्यातल्या एकानं एका पाखरावर नेम धरून छरा मारला. ते पाखरू म्हणजे एक कवडा होता. जखमी झालेला कवडा फडफडत येऊन झुडुपात पडला. तो कुठं पडला हे पाहण्यासाठी कांतीही त्या झुडुपात शिरला. फांद्या बाजूला करून त्यानं पाहिलं तर समोर एक स्वच्छ परस होतं. ते एका सुखवस्तू माणसाचं घर असावं. कारण परसात धान्याच्या कणग्या ओळीनं लावून ठेवलेल्या होत्या. गोठाही मोठा आणि स्वच्छ होता. गोठ्यातली धष्टपुष्ट गाय रवंथ करता करता शेपटीनं माशा हाकलत होती. गोठ्याला लागून असलेल्या बोरीखाली ती सकाळची मुलगी बसली होती. तिच्या डोळ्यांत पाणी होतं. आपला ओला पदर ती त्या जखमी कवड्याच्या चोचीत हळूवारपणे पिळत होती. अतीव ममतेनं ती त्याला गोंजारत होती. तिचं पाळलेलं मांजर तिच्या मांडीवर बसून अधाशीपणानं त्या कवड्याकडे पाहत होतं. त्यानं कवड्यावर झेप घेऊ नये म्हणून मधूनच त्याच्या नाकावर हळूच टिचकी मारून

ती त्याला दटावत होती. पलीकडच्या वेळूत उत्तरेकडचा वारा जणू सीत्कारत होता. सकाळी नदीकाठी गवताच्या रानात जी वनदेवतेसारखी भासली होती तीच घराच्या परसात एखादी वत्सल गृहिणी वाटत होती.

कांती हातातल्या बंदुकीसह तिला सामोरा आल्यानं ओशाळला. चोर जणू मुद्देमालासह पकडला गेला होता. हे पाखरू माझ्या छऱ्यानं जखमी झालं नाही वगैरे कैफियत त्याला द्यायची होती. पण सुरुवात कशी करावी हेच त्याला कळत नव्हतं. तो काही बोलणार एवढ्यात घरातून कोणीतरी हाक मारली, 'सुधा ऽ'. ती मुलगी चपापल्यासारखी झाली. पुन्हा हाक आली, 'सुधा ऽऽ'. ती उठली आणि दाराकडे गेली. कांती मनात म्हणाला की नाव अगदी शोभेसं आहे.

कांतीनं आपली बंदूक आपल्या बरोबरच्या लोकांजवळ दिली आणि तो त्या घराच्या पुढील दारी आला. घराच्या ओसरीत बसून एक मुंडण केलेला प्रौढ ब्राह्मण शांतपणे हरिभक्तिविलास वाचत होता. कांतीला ब्राह्मणाच्या भक्तीनं ओथंबलेल्या गंभीर पण प्रेमळ चेहऱ्यात आणि त्या मुलीच्या मायाळू चेहऱ्यात कमालीचं साम्य असल्याचं जाणवलं. कांती पुढे झाला आणि त्या ब्राह्मणाला नमस्कार करून म्हणाला, 'बाबा, तहान लागलेय. तांब्याभर पाणी मिळेल का?'

ब्राह्मण घाईघाईनं उठला. त्यानं कांतीला अगत्यानं बसवलं. आत जाऊन स्वतःच पाण्यानं भरलेला स्वच्छ तांब्या घेऊन तो बाहेर आला. त्यानं एका ताटलीत काही बत्तासेही आणले होते. कांतीनं बत्तासा तोंडात टाकून पाणी प्यायलं. मग ब्राह्मणानं त्याची विचारपूस केली. कांतीनं स्वतःची ओळख करून दिली. निघताना विचारलं, 'बाबा, मी आपल्याला काही मदत करू शकतो? आपल्याला मदत करता आली तर मी स्वतःला धन्य समजेन.'

ब्राह्मणाचं नाव होतं नवीन बन्द्योपाध्याय. बन्द्योपाध्यायमोशाइ म्हणाले, 'मला काय मदत करणार रे बाबा! हो, एक करता आलं तर बघ. माझ्या सुधाला चांगलं स्थळ पाहता आलं तर पाहा. म्हणजे मग मी ह्या संसाराच्या ऋणातून मुक्त होईन. तिचं लग्नाचं वय झालंय. पण इथं आजूबाजूला चांगला मुलगा काही मिळाला नाही. फार दूर जाऊन मुलाचा शोध घेणं शक्य नाही मला. घरात गोपीनाथाची पूजा असते. ते सगळं सोडून कुठं जाऊ?'

कांती म्हणाला, 'उद्या बोटीवर येऊन भेटलात तर स्थळासंबंधी बोलता येईल.'

इकडे कांतीच्या सांगण्यावरून त्याच्या बरोबरच्या लोकांनी गावात मुलीची चौकशी केली होती. सुधा अतिशय गुणी आणि चांगली मुलगी असल्याचं उभ्या गावानं एकमतानं मान्य केलं होतं.

दुसऱ्या दिवशी सकाळीच बन्द्योपाध्यायमोशाइ कांतीला भेटायला आले.

कांतीनं त्यांना साष्टांग नमस्कार घातला आणि त्यांच्या मुलीशी लग्न करण्याची त्याचीच इच्छा असल्याचं सांगितलं. आपल्या लेकीचं भाग्य असं अचानक उजळलेलं पाहून ब्राह्मणाला भरून आलं. तरीही त्यांच्या मनात शंकेची पाल चुकचुकली. काही चूक तर होत नाही? त्यांनी विचारलं, 'माझ्या मुलीशी तुम्ही लग्न करणार?'

'हो. आपल्याला पसंत असेल तर मी तयार आहे.'

बन्द्योपाध्यायमोशाईनी पुन्हा विचारलं, 'माझ्या सुधाशी?'

'हो,' पुन्हा तेच उत्तर आलं.

मग गंभीरपणे बन्द्योपाध्यायांनी विचारलं, 'मुलगी पाहणं वगैरे?' कांतीनं मुलगी पाहिली नसल्याचा बहाणा करत उत्तर दिलं, 'ते सगळं लग्नाच्या वेळीच.'

बन्द्योपाध्यायांना पुन्हा भरून आलं. ते घोगऱ्या आवाजात म्हणाले, 'माझी सुधा फार गुणी आहे. घरकाम, स्वयंपाकपाणी काही काही बघायलाच नको. पण तुम्ही तिला न पाहताच लग्नाला तयार झाला आहात तेव्हा मनापासून आशीर्वाद देतो की ती अखंड सौभाग्यवती होवो. अखंड पतिपरायण राहो. तुमचं सदैव मंगल व्हावं म्हणून तिनं झटावं. तिच्याशी लग्न केलं म्हणून पश्चात्ताप व्हायला तुम्हाला कधीच कारण मिळू नये.'

कांती आता थांबायला तयार नव्हता. माघातलाच मुहूर्त धरला. गावातल्या मुजुमदारांच्या जुन्या वाड्यात लग्न करायचं ठरलं.

लग्नासाठी नवरामुलगा हत्तीवरून आला. मशाली, वाजंत्री होतीच.

लग्न लागल्यावर नवरदेवानं नवरीकडे पाहिलं. पण लांब पदर, बाशिंग, कपाळावर चंदनाची नक्षी ह्यातून त्याला तिचा चेहरा नीटसा दिसलाच नाही. आनंदानं डोळेही भरून आले होते.

बंगाली रिवाजाप्रमाणे संध्याकाळी गावातील सर्व लहानमोठ्या बायका जमून नवरा-नवरीचं कौतुक, थट्टामस्करी करत होत्या. गाव–आजीनं कांतीला बळेबळेच नवरीचा घुंगट काढायला भाग पाडलं. घुंगट काढताच कांतीला प्रचंड धक्का बसला.

ही नवरीमुलगी ती नव्हतीच. त्याच्या डोळ्यांसमोर अंधेरी आली. खोलीतले दिवे विझून अंधार पसरल्याचा भास झाला. छातीत जोरात धडधड सुरू झाली. डोक्यात घणाचे घाव पडायला लागले. सर्वत्र काळोख पसरल्यासारखं वाटल्यामुळे असावं, नवरीचा चेहराही काळाकुट्ट दिसायला लागला.

कांती खरं तर पुन्हा लग्न करणारच नव्हता. तसं त्यानं पक्कं ठरवलं होतं. प्रतिज्ञाही केली होती. नियतीनं क्रूर थट्टा करून चुटकीसरशी त्याचा निश्चय असा उधळून लावावा ना! कितीतरी चांगल्या मुली सांगून आल्या होत्या. नातेवाईकांनी

आणि मित्रांनी तेव्हा खूप आग्रह केला होता. पण कांतीनं सर्वांकडेच दुर्लक्ष केलं होतं. मोठं घराणं, रूप, पैसा ह्यांच्या मोहात न पडता ह्या लहानशा खेडेगावातील मुलगी त्यानं पसंत केली आणि एवढी मोठी फसवणूक नशिबी आली. आता लोकांना तोंडतरी कसं दाखवायचं!

प्रथम कांतीला राग आला तो सासऱ्याचा. लबाड! एक मुलगी दाखवून लग्नाला दुसरीच उभी करतो म्हणजे काय! पण विचार केल्यावर लक्षात आलं की सासऱ्यांचं तसं काही चुकलं नव्हतं. ते मुलगी दाखवायला तयार होते. त्यानं स्वत:च नको म्हटलं होतं. आपलीच बुद्धी फिरली तेव्हा ह्या एवढ्या मोठ्या लाजिरवाण्या फसगतीबद्दल कोणापाशी वाच्यता न केलेलीच बरी असा विचार त्यानं केला.

औषध कसंबसं गिळलं पण तोंडाची चव गेली ती गेलीच. लग्न घरात चाललेली थट्टामस्करी आता कांतीला रुचणं शक्यच नव्हतं. इतरांबरोबर तो स्वत:वरही चिडला. त्याच्या सर्वांगाची लाही लाही व्हायला लागली.

तेवढ्यात त्या शेजारी बसलेल्या नववधूच्या तोंडातून घाबरल्यामुळे अस्फुट किंकाळी बाहेर पडली. त्यानं वळून पाहिलं तर एक सशाचं पिलू तिच्या मांडीवरून उडी घेऊन पळालं. दुसऱ्याच क्षणी 'ती मुलगी' धावत आली. आणि तिनं पिल्लाला उचललं. 'ए, पगली आली! पगली आली!' म्हणून एकच गोंधळ उडाला. सगळे तिला बाहेर जा म्हणून खुणवायला लागले. पण त्याकडे लक्ष न देता ती नवरीच्या समोर फतकल घालून बसली आणि मोठ्या कुतूहलानं तिला निरखायला लागली. लग्नघरातली कोणीतरी मोलकरीण तिचा हात धरून तिला ओढत बाहेर न्यायला लागताच कांती न राहून म्हणाला, 'सोडा तिला. राहू दे. बसू दे. इथं.' त्यानं तिला तिचं नाव विचारलं. काहीच उत्तर न देता ती नुसतीच डोलायला लागली. कांतीला काय करावं तेच कळेना. तिथं जमलेल्या बायकामुली हसायला लागल्या. कांतीनं विचारलं, 'तुझ्या बदकांचं काय झालं?' उत्तर नाही. 'तुझं ते जखमी पाखरू उडून गेलं का?' ह्या प्रश्नालाही उत्तर मिळालं नाही. उलट ती विनासंकोच कांतीकडे एकटक पाह्यला लागली. कांती बुचकळ्यात पडला. नवरदेवाची गंमत झालेली पाहून सर्वजणी खिदळायला लागल्या.

अखेर कांतीला कळलं ते असं : ती बहिरी मुकी होती. गावातले पशुपक्षी हेच तिचे सवंगडी होते. त्या दिवशी 'सुधा' म्हणून हाक येताच ती दाराकडे गेली तो एक अपघात होता. त्या हाकेशी तिचा काहीच संबंध नव्हता.

कांती चपापला. एका फार मोठ्या फसगतीतून वाचल्याबद्दल तो स्वत:च्याच भाग्यावर खूष झाला. जर तो ह्या मुलीच्या बापाकडे लग्नासाठी गळ घालायला

गेला असता आणि तिचा बाप अशी मुलगी ह्याच्या गळ्यात बांधून मोकळा झाला असता तर!

ह्या मुक्या मुलीच्या मोहापायी त्यानं आपल्या नव्या पत्नीकडे नीट पाहिलंही नव्हतं. त्याला कुठं पाहावंसंही वाटलं नव्हतं. पण त्या मुलीचं व्यंग कळताच सर्व जगावर पडलेला काळा पडदा एकदम दूर झाला. दूरची आशा विरली आणि जवळचं स्पष्ट झालं. केवढा मोठा धोका टळला! कांतीनं एक नि:श्वास सोडला. लाजून खाली मान घालून बसलेल्या सुधाला त्यानं आता खऱ्या अर्थानं पाहिलं. डोळ्यांवरच्या पडद्याप्रमाणे मनावरचा पडदाही फिटला होता. खोली आणि मन दोन्हीही उजळून निघालं होतं. त्या स्वच्छ प्रकाशात एक सुंदर, कोवळा चेहरा चमकून उठला. सात्त्विक तेज, सौम्य लावण्य ह्यामुळे तो चेहरा विलक्षण सुंदर दिसत होता. सासऱ्यांचा आशीर्वाद खरा ठरणार हे कांतीला समजून चुकलं.

❑

परतफेड

मुकुंदबाबूंच्या वाड्यावर त्यांच्या नातवाच्या लग्नाचा बउभात[१] होता. म्हणून बाबूंच्या दिवाणजींची नात– इंद्राणी– वाड्यावर गेली होती. पण आज वेळ काही ठीक नव्हती असंच म्हणायला हवं.

पूर्वीचा इतिहास थोडक्यात सांगितल्यास गोष्ट समजायला सोपी जाईल.

मुकुंदबाबू आणि त्यांचे दिवाण गौरीकांत दोघंही आता हयात नाहीत. पण त्या दोघांची अतिशय घनिष्ठ मैत्री होती. गौरीकांतना आई-वडील नव्हते आणि उपजीविकेचं काही साधनही नव्हतं. केवळ त्यांच्याकडे पाहून मुकुंदबाबूंनी मोठ्या विश्वासानं आपल्या मालमत्तेच्या व्यवस्थेचा भार त्यांच्यावर सोपवला. तेव्हा मुकुंदबाबूंची मालमत्ता तशी फार नव्हती पण त्यांनी केलेली गौरीकांतांची निवड चुकली नव्हती हेच पुढे सिद्ध झालं. मुंगी कण कण जमवून जसं वारूळ उभारते, स्वर्गाची इच्छा करणारा जसा पुण्यसंचय करतो तसेच जिवापाड प्रयत्न करून गौरीकांतांनी मुकुंदबाबूंची संपत्ती वाढवली. त्यांचं सर्वांत मोठं यश म्हणजे मुकुंदबाबूंसाठी मोठ्या चतुराईनं अत्यंत कमी किंमतीत त्यांनी खरेदी केलेला बांकागाडी परगणा. ह्यामुळे मुकुंदबाबू प्रतिष्ठित श्रीमंत जमीनदारांच्या रांगेत जाऊन बसले. मालकांबरोबर दिवाणजींचीही भरभराट झाली. पक्कं घर, जमीनजुमला, पैसाअडका गौरीकांतांच्या गाठीला बांधला गेला. एके काळचा साधा तहसीलदार 'दिवाण' म्हणून ओळखला जायला लागला.

हा झाला इतिहास.

सध्या मुकुंदबाबूंचा दत्तक मुलगा– विनोदबिहारी– ह्या सर्व संपत्तीचा मालक होता. गौरीकांतांचा सुशिक्षित नातजावई– अंबिकाचरण– मॅनेजर म्हणून काम पाहत होता. दिवाणजींचा रमाकांतवर म्हणजे स्वत:च्या मुलावर विश्वास नव्हता. म्हणून वय झाल्यावर आपलं काम त्यांनी मुलाला न देता नातजावयाकडे सोपवलं होतं.

सर्वच पूर्वीप्रमाणे व्यवस्थित चाललं होतं. फरक पडला होता तो फक्त एका गोष्टीत. आता मालक आणि मॅनेजर ह्यांचा संबंध कामापुरताच उरला होता. त्यात भावनांना स्थान नव्हतं. पूर्वी सर्वच बाबतीत स्वस्ताई होती. काळीजंही

मोठी होती. आपुलकी सहजपणे मिळत होती. काळ बदलला. सर्वानुमते जिव्हाळ्याचा फालतू खर्च स्थगित करण्यात आला. अगदी जवळच्यांनाही ममता, प्रेम मिळणं कठीण झालं. मग परक्यांचा प्रश्नच मिटला.

अशा परिस्थितीत इंद्राणी मालकांच्या वाड्यावर गेली होती. अर्थात जेवणाचं आमंत्रण होतं म्हणूनच.

हे जग म्हणजे जिज्ञासू अदृष्टपुरुषाची रासायनिक प्रयोगशाळाच. कितीतरी तऱ्हेची माणसं इथं एकत्र येतात किंवा एकमेकाला सोडून जातात आणि ह्यातून अनेक अद्भुत घटना घडत असतात.

मालकांच्या वाड्यावरच्या आनंदाच्या सोहळ्यातही अशीच वेगळ्या स्वभावाची माणसं एकत्र आली आणि पाहता पाहता निरंतर विणल्या जात असलेल्या जाळ्यात एक नवीन धागा गुंतला गेला. त्यामुळे तिथं एक गाठ बसली.

इंद्राणी दुपारी बऱ्याच उशिरा वाड्यावर गेली. ती पोहोचली तेव्हा जेवणं उरकली होती. विनोदच्या बायकोनं– नयनतारा तिचं नाव– इंद्राणीला एवढ्या उशिरा येण्याचं कारण विचारलं तेव्हा इंद्राणीनं तब्येत, घरकाम अशी दोन-एक कारणं पुढे केली खरी, पण त्यामुळे कुणाचंच समाधान झालं नाही.

खरं कारण इंद्राणीनं सांगितलं नसलं तरी सगळ्यांच्याच लक्षात ते आल्याशिवाय राहिलं नाही. काय होतं बरं खरं कारण? मुकुंदबाबू मालक आणि गौरीकांत त्यांचे नोकर असले तरी कुळाचा विचार केला तर गौरीकांत मुकुंदबाबूंपेक्षा उच्चकुलीन होते. इंद्राणी हे विसरू शकत नव्हती. मालकांच्या घरचं जेवण टाळण्यासाठीच सर्वांची जेवणं उरकल्यावर ती तिथं गेली होती. हे मालकाच्या घरातील बायकामाणसांनी ओळखलं. म्हणूनच त्यांनी तिला जेवण्याचा खूप आग्रह केला. पण इंद्राणी पड खाणाऱ्यातली नव्हती. तिनं अन्नाच्या कणालासुद्धा हात लावला नाही.

पूर्वी एकदा मुकुंदबाबू आणि गौरीकांत ह्यांच्यातही कुळाच्या मुद्द्यावरून बरंच वाजलं होतं. ती हकिकत इथंच सांगायला पाहिजे.

इंद्राणी अतिशय देखणी होती. आपल्या भाषेत अशा सुंदरीची तुलना अचल चपलेशी केली जाते. पण बहुतेक वेळा त्यात अतिशयोक्तीच असते. इंद्राणी मात्र अपवाद होती. प्रबल चापल्य आणि प्रखर तेज ह्यांना जणू तिनं आपल्या आकर्षणाच्या घट्ट पाशानं स्वत:मध्ये लीलया बांधून ठेवलं होतं. चपला आपली चंचलता विसरून तिच्या सर्वांगावर स्थिरावली होती.

मुकुंदबाबूंनी विनोदसाठी इंद्राणीला मागणी घातली होती. गौरीकांताची मालकांवर एवढी निष्ठा होती की त्या निष्ठेशी स्पर्धा करणं कोणालाही शक्य नव्हतं. आपल्या धन्यासाठी प्राण द्यायलाही त्यांनी मागेपुढे पाहिलं नसतं. गौरीकांतांनाही

पत होती. मालक त्यांच्याशी मित्रासारखे वागत. पण तरी कधीही गौरीकांत आपली पायरी विसरले नाहीत. मालकांसमोर ते अदबीनं वागायचेच. एवढंच नाही तर मालकांचे नावही मोठ्या आदरानं घ्यायचे. मात्र विनोद-इंद्राणीच्या विवाहाला त्यांनी मान्यता दिली नाही. मालकांचं इतर काही देणं असतं तर ते त्यांनी पैन् पै चुकवलं असतं. पण कुलमर्यादा ओलांडणं त्यांना कदापि शक्य नव्हतं.

आपल्या नोकराचा कुळाबद्दलचा हा अभिमान मुकुंदबाबूंना आवडला नाही. त्यांना वाटलं होतं की आपला विवाहाचा प्रस्ताव गौरीकांतांना कृपेसारखा वाटेल. पण तसं काही झालं नाही. त्यामुळे पुढे बरेच दिवस मुकुंदबाबूंनी गौरीकांतांशी अबोला धरला. मालकांची नाराजगी गौरीकांतांना मरणप्राय दुःख देऊन गेली. त्यांना मानसिक त्रास खूप झाला. पण तरीही त्यांनी ह्या विवाहाला संमती दिली नाही. उलट अनाथ पण कुलीन अंबिकाचरणशी इंद्राणीचं लग्न लावून दिलं आणि त्याच्या शिक्षणाचा आर्थिक भार स्वतः उचलला.

अशा अभिमानी आजोबांचीच इंद्राणी नात असल्यानं मालकांकडचं जेवण तिनं टाळणं ह्यात नवल वाटण्यासारखं काही नव्हतं. मात्र अशा वागण्यानं तिच्या मालकीणबाईंच्या मनात तिच्याबद्दल गोडवा निर्माण होणं शक्यच नव्हतं. आधीच तिला इंद्राणीचा मत्सर वाटत होता. आता त्याला कल्पनेची साथ मिळाली. इंद्राणी जाणूनबुजून चढेलपणा करतेय असं नयनताराच्या मनानं घेतलं. ह्याचं पहिलं कारण म्हणजे इंद्राणी अंगभर दागिने घालून आली होती. नयनतारा तिची मालकीण होती. तिच्यापुढे आपल्या वैभवाचं प्रदर्शन करण्याची आवश्यकताच काय! इंद्राणी अतिशय देखणी होती ह्यात संशय नव्हता. पण खालच्या लोकांना एवढं रूप हवंच कशाला! त्यातून वरती रूपाचा तोरा! म्हणजे कहरच! पण देवानं दिलेल्या रूपावरून एखाद्याला दोष देता येत नाही. तेव्हा नावं ठेवायची झाल्यास रूपाच्या गर्वाला तिथं आणायला हवंच. थोडक्यात, इंद्राणीला रूपाचा गर्व आहे ही नयनतारेच्या कल्पनेची निर्मिती होती. तिसरं कारण म्हणजे इंद्राणीची आढ्यता. हल्लीच्या भाषेत दिमाख. खरं तर हीही नयनतारेचीच समजूत. इंद्राणी स्वभावानं गंभीर होती. अगदी जवळच्या माणसांशिवाय ती फारशी कोणात मिसळत नसे. कोणाशीही सलगी करणं, गप्पा मारणं, पुढे होऊन दुसऱ्याच्या कामात हात घालणं तिच्या स्वभावातच नव्हतं.

अशा अनेक खऱ्या व कपोलकल्पित गोष्टीमुळे नयनतारेचा भडका उडाला होता आणि काहीही कारण नसताना ती इंद्राणीची ओळख 'आमच्या मॅनेजरची बायको' 'आमच्या दिवाणांची नात' अशी करून द्यायला लागली. एका बोलभांड दासीला बाजूला घेऊन नयनतारानं पढवलं. ती इंद्राणीजवळ लगटून बसली

आणि इंद्राणीचे दागिने हातानं चाचपडायला लागली. नंतर तिच्या कंठ्याचं आणि बाजूबंदाचं कौतुक करत तिनं विचारलं, 'बाई, हे गिलीट केलेले आहेत?'

इंद्राणी अतिशय शांतपणे म्हणाली, 'नाही. ते पितळेचे आहेत.'

नयनतारा इंद्राणीला हाक मारून म्हणाली, 'काय ग, तिथं नुसती बसून काय राहिलीस? बाहेर उभ्या असलेल्या पालखीत ही मिठाई नेऊन ठेव. जा.' जवळच पालखीच्या मालकिणीची दासी उभी होती. इंद्राणीनं आपल्या लांब, दाट पापण्या उचलून क्षणभरच नयनतारेकडे पाहिलं. त्या नजरेत दया होती. दुसऱ्याच क्षणी मिठाई उचलून ती पालखीकडे निघाली. पालखीची मालकीण गडबडली. म्हणाली, 'बाई, तुम्ही कशाला तसदी घेता. ह्या दासीजवळ द्या.'

इंद्राणीनं ह्या गोष्टीला नकार दिला. ती म्हणाली, 'ह्यात कसला आलाय त्रास!'

'मग माझ्या हातात तरी द्या.' पालखीची मालकीण गोंधळून म्हणाली.

'नको. मीच नेऊन ठेवते.'

अन्नपूर्णा जशी अतिशय प्रेमानं, ममतेनं आपल्या लेकरांना वाढते तसंच अतिशय हळुवारपणानं इंद्राणीनं मिठाई पालखीत ठेवली. ह्या काही क्षणांतच मृदु हास्य करणाऱ्या मितभाषिणी इंद्राणीनं त्या पालखीच्या श्रीमंत मालकिणीचं मन जिंकून घेतलं.

अशा रीतीनं, स्त्रीसुलभ स्वभावानुसार नयनतारेनं अपमानाचे अनेक बाण इंद्राणीवर सोडले. पण इंद्राणीवर त्यांचा यत्किंचितही परिणाम झाला नाही. इंद्राणीच्या कलंकहीन, उज्ज्वल, तेजस्वी आणि कणखर कवचावर आदळून ते मोडून पडले. तिचा शांतपणा आणि निर्विकारपणा पाहून नयनतारेचा पारा अधिकच चढला. इंद्राणीच्या हे लक्षात आल्यावाचून कसं राहील! मग कोणाचाही निरोप न घेता, सर्वांच्या नकळत इंद्राणी घरी निघून आली.

(२)

न बोलता, शांतपणे सहन करणारे अधिक घायाळ होतात. इंद्राणीनं वरून दाखवलं नसलं तरी हा अपमान तिच्या मनाला अतिशय लागला.

विनोदबिहारीसाठी इंद्राणीला मागणी घातली होती आणि इंद्राणीच्या एका दूरच्या आतेभावाशी नयनताराचं लग्न करण्यासाठी नयनताराच्या वडिलांनी गौरीकांतना गळ घातली होती. इंद्राणीच्या ह्या आतेभावाचं नाव रामाचरण. तो अतिशय गरीब घरातला होता. सध्या तो विनोदबिहारीकडे एक सामान्य कारकून होता. लहानपणातली एक गोष्ट इंद्राणीला स्पष्ट आठवत होती. नयनताराचे वडील तिला घेऊन त्यांच्या घरी आले होते आणि मुलीचं लग्न रामाचरणशी

व्हावं म्हणून त्यांनी गौरीकांतांचे पाय धरले होते. तेव्हा लहानग्या नयनतारेचा चुणचुणीतपणा पाहून गौरीकांतांच्या घरातल्या बायकांना नवल वाटलं होतं आणि तिचं कौतुकही वाटलं होतं. इंद्राणी तेव्हा खूप लहान होती. अबोल, लाजरी इंद्राणी नयनतारेपुढे स्वतःला बावळट, मूर्ख समजली होती. नयनतारेच्या बोलक्या स्वभावावर गौरीकांतही खूष झाले होते पण नयनतारेचं घराणं त्यांच्या घराण्याच्या तोडीचं नसल्यामुळे म्हणजे त्यांच्या एवढं उच्चकुलीन नसल्यामुळे त्यांनी रामाचरणशी लग्नास नकार दिला होता. असं असलं तरी स्वतःच पुढाकार घेऊन त्यांनी नयनतारेचं लग्न विनोदशी लावून दिलं होतं.

हे सगळं आठवूनही इंद्राणीचं मन शांत झालं नाही. उलट झालेला अपमान अधिकच बोचायला लागला. देवयानी आणि शर्मिष्ठा ह्यांची गोष्ट तिला आठवली. देवयानीसारखंच नयनतारेचंही गर्वाचं घर खाली झालं असतं तरच इंद्राणीला योग्य न्याय मिळता! राक्षसांना जशी शुक्राचार्यांची गरज होती तशीच एके काळी मुकुंदबाबूंच्या घराला गौरीकांतांची गरज होती. त्या काळात गौरीकांतांच्या प्रत्येक गोष्टीला मुकुंदबाबू मान डोलावत. त्यांची एवढी भरभराट गौरीकांतांमुळेच तर झाली होती. गौरीकांतांनी त्यांच्या संपत्तीत भर घालून तिची योग्य ती व्यवस्था लावून दिली होती. आता मात्र हे सर्व मुकुंदबाबूंच्या घरातले विसरून गेले होते. बांकागाडी परगणा तर गौरीकांत स्वतःसाठी खरेदी करू शकले असते. पण त्यांनी तो मालकांसाठी खरेदी केला होता. एवढंच नाही तर गौरीकांताच्या घरातल्या कोणाच्याही मनात तो आपल्यासाठी खरेदी करावा असं चुकूनसुद्धा आलं नव्हतं. तसं पाहिलं तर एका प्रकारे हे दानच होतं. तिच्या आजोबांनी जपलेल्या आणि वाढवलेल्या मालमत्तेच्या उसन्या गर्वापायी नयनतारा, सर्व मागचं विसरून, तिचा अपमान करायला धजली म्हणून इंद्राणी मनातून चिडली होती.

घरी येऊन पाहते तर अंबिका आपलं नेहमीचं काम आटपून, मालकांकडे जेवण करून घरी परत आला होता आणि आरामखुर्चीत आरामात वर्तमानपत्र वाचत बसला होता.

काहींच्या मते पती-पत्नीचे स्वभाव सारखेच असावेत. बऱ्याच वेळा ते तसे असल्याचे दिसतात. आपल्यालाही ते प्रशस्त, रास्त वाटतं म्हणून असं मत बनवलं गेलं असावं. ते काहीही असो, अंबिकाचरण आणि इंद्राणी ह्या दोघांचे स्वभाव एक-दोन महत्त्वाच्या बाबतीत तंतोतंत जुळणारे होते ह्यात शंकाच नाही. अंबिकाही फारसा लोकात मिसळणारा नव्हता. तो बाहेर कामापुरतंच बोलायचा. स्वतःचं काम तर तो चोख करायचाच पण हाताखालच्या लोकांनाही कामचुकारपणा करू द्यायचा नाही. त्यांच्याकडूनही सर्व काम व्यवस्थित करून घ्यायचा. मात्र

काम होताच परकीय आक्रमणापासून स्वत:चं रक्षण करण्यासाठी तो घराचा आश्रय घ्यायचा. जणू काही त्याचं घर हा एक भक्कम किल्लाच होता. त्याचं जग म्हणजे त्याचं काम आणि घर. घरात तो आणि त्याची पत्नी. बस्स!

दागिन्यांनी मढलेल्या इंद्राणीला पाहून अंबिका तिची काहीतरी थट्टा करण्याच्या बेतात होता. पण तिच्याकडे पाहताच त्यानं स्वत:ला आवरलं. 'काय झालं?' त्यानं विचारलं.

इंद्राणीनं तिचा राग हसून उडवून लावला. ती म्हणाली, 'आणखी काय होणार! आताच माझी माझ्या स्वामीशी भेट झालीय.'

अंबिकानं वर्तमानपत्र बाजूला ठेवलं. 'ते तर मलाही दिसतंय. पण त्या आधी?'

'त्या आधी आपल्या मालकीणबाईंनी माझं कोडकौतुक केलं.'

'कोडकौतुक? का? कसं?'

इंद्राणी आरामखुर्चीच्या हातावर टेकली आणि आपले दोन्ही हात अंबिकाच्या गळ्याभोवती टाकत म्हणाली, 'तुम्ही करता ना तसं नाही बरं का!'

जेवण झाल्यावर इंद्राणीनं घडलेली सर्व हकिकत अंबिकाला सांगितली. हे नवऱ्याला अजिबात सांगायचं नाही असं तिनं ठरवलं होतं. पण तिला सांगितल्याशिवाय राहवलं नाही. असं पूर्वीही बरेच वेळा घडलं होतं. इंद्राणी काही सांगायचं नाही अशी प्रतिज्ञा करायची आणि शेवटी प्रतिज्ञा मोडायची. बाहेरच्या लोकांपुढे ती आपलं मन आवरून धरायची. मात्र अंबिकाजवळ ते मोकळं केल्याशिवाय तिला चैन पडत नसे. त्याच्यापाशी ती काही लपवून ठेवत नसे. बाहेर पाळायची सर्व बंधनं घरात शिरताच गळून पडत.

तिची हकिकत ऐकताच अंबिकाला भयंकर संताप आला. 'आजच राजीनामा देऊन टाकतो.' असं म्हणूनच तो थांबला नाही तर त्यानं विनोदला एक खरमरीत पत्र लिहायला घेतलं. तेव्हा मात्र इंद्राणी त्याच्या पायाजवळ जाऊन बसली आणि आपले हात त्याच्या मांडीवर ठेवत म्हणाली, 'एवढी घाई करायचं कारण नाही हं! आज राहू द्या ते पत्र. उद्या सकाळी ठरवू या काय करायचं ते!'

पण अंबिका उसळून म्हणाला, 'नाही. आता क्षणभर थांबण्यात अर्थ नाही.'

इंद्राणी म्हणजे तिच्या आजोबांच्या हृदयसरोवरात फुललेलं एकमात्र फूल. तिला त्यांच्याकडून भरपूर प्रेम मिळालं होतं. तसेच नकळत त्यांचे विचारही तिच्या मनावर बिंबवले गेले होते. मुकुंदबाबूंच्या कुटुंबाबद्दल तिच्या आजोबांना फार श्रद्धा आणि निष्ठा होती. तेवढी इंद्राणीत उतरली नसली तरी मालकाच्या हितासाठी वेळप्रसंगी जीव द्यावा लागला तर द्यायचा, ते आपलं कर्तव्यच आहे,

अशी तिची ठाम समजूत होती. तिचा नवरा शिकला होता. वकील होता. मानानं जगू शकत होता. ह्या नोकरीवर त्यांचं जीवन अवलंबून नव्हतं. तरीसुद्धा त्याच्याही मनावर इंद्राणीप्रमाणेच काही संस्कार झाले होते. म्हणूनच अतिशय समाधानानं तो विनोदकडे नोकरी करत होता. नयनतारेनं अपमान केला होता हे खरं तरी अंबिकानं लगेच विनोदची नोकरी सोडावी असं इंद्राणीच्या मनात येणं शक्यच नव्हतं. ती अतिशय गोडीनं हळूच म्हणाली, 'पण ह्यात विनोदबाबूंचा काहीच दोष नाही. त्यांच्या बायकोवरचा राग त्यांच्यावर कशाला काढायचा? कशाला भांडायचं त्यांच्याशी?'

तिचं बोलणं ऐकताच अंबिका खो खो हसायला लागला. स्वतःचा घाईघाईनं घेतलेला निर्णय त्याला अगदी पोरकट आणि हास्यास्पद वाटला. तो म्हणाला, 'तुझं बरोबर आहे. पण ते मालक असोत नाहीतर आणखी कुणी, तू पुन्हा त्यांच्याकडे जायचं नाहीस.'

त्या दिवशीचं वादळ इथंच शमलं. वातावरण निवळलं. घर पुन्हा हसायला लागलं. नवऱ्याच्या प्रेमात इंद्राणी बाहेर झालेला अपमान पार विसरून गेली.

(३)

आपल्या जमीनदारीचा सर्व भार अंबिकावर सोपवून विनोद मोकळा झाला होता. बायकोवर पूर्ण विश्वास असला की पुरुषाचं तिच्याकडे दुर्लक्ष होऊ शकतं. विनोदचं त्याच्या जमिनीच्या बाबतीत तसंच घडत होतं. जमीनदारीतून मिळणाऱ्या पैशाची पूर्ण खात्री होती. त्याबद्दल विनोदला आता कुतूहल किंवा काळजी उरली नव्हती.

पण हल्ली विनोद झटपट पैसा मिळविण्याच्या मागे लागला होता. नाना लोकांच्या सल्ल्यावरून तो नाना उद्योग करायला पाहत होता. कधी ठरवायचा की आजूबाजूची सर्व बाभळीची झाडं घेऊन बैलगाडीची चाकं तयार करायची तर कधी सुंदरबनातील मधाची पोळी ताब्यात घेऊन मध काढायचा. कोणाच्या तरी सांगण्यावरून पश्चिमेकडच्या रानातील हिरड्याची झाडं घेऊन हिरड्याचा व्यापार करण्याचाही बेत त्यानं एकदा आखला होता. त्याला म्हणे हिरड्याच्या व्यापारात स्वतःची मक्तेदारी स्थापायची होती! अर्थात् हे सर्व चोरून चालायचं. कारण आपले बेत ऐकून लोक आपल्याला हसतील, आपली टर उडवतील अशी त्याला भीती वाटायची. अंबिकाला तर तो जरा घाबरायचाच. विनोदचे हे उद्योग म्हणजे पैशाची उधळपट्टी आहे असंच अंबिका म्हणेल ह्याची त्याला खात्री होती. एरवीही तो अंबिकासमोर संकोचायचा. त्याच्याकडे पाहून वाटायचं की मालमत्ता अंबिकाच्याच मालकीची आहे आणि नुसतं गप्प बसून राहण्यासाठीच

अंबिका विनोदला वर्षाकाठी काही पैसे देतो.

बउभाताच्या दुसऱ्या दिवसापासून नयनतारेनं नवऱ्याचे कान भरायला सुरुवात केली. 'तुम्ही स्वत: काहीसुद्धा लक्ष देत नाही. अंबिका जे देतो ते घेऊन गप्प बसता. इकडे काय नुकसान होतंय ते कुणाच्याच कसं लक्षात येत नाही! तुमच्या मॅनेजरच्या बायकोच्या दागिन्यांसारखे दागिने आपल्या घरानं कधी पाहिलेत? एवढे दागिने तिच्याकडे आले कुठून? आणि एवढा दिमाख कशाच्या जोरावर....' इत्यादी इत्यादी. इंद्राणीच्या दागिन्यांचं वर्णन नयनतारेनं तिखटमीठ लावून केलं. इंद्राणी दासीपाशी जे काही बोलली तेही वाढवून सांगितलं.

विनोद अगदी लेचापेचा होता. कोणावर तरी अवलंबून राह्यची त्याची सवय होती. एकट्यानं काही करून दाखवण्याची किंवा एखादा निर्णय घेण्याची धमक त्याच्यात नव्हती. दुसरी गोष्ट म्हणजे तो हलक्या कानाचा होता. 'मॅनेजर चोर आहे' ह्या गोष्टीवर त्याचा लगेचच विश्वास बसला. त्यानं प्रत्यक्ष चोरी करताना पाहिलं नसल्यानं तो कल्पनेनंच फार भयंकर चित्र रंगवायला लागला. पण मॅनेजरची चोरी कशी पकडावी हे मात्र त्याला कळत नव्हतं. उघडपणे अंबिकाला काही बोलण्याचा धीर होत नव्हता. त्यामुळे त्याला अडचणीत सापडल्यासारखं झालं.

अंबिकाचा वरचष्मा त्याच्या हाताखालच्यांनाही सहन होत नसे. तेही मनातून त्याचा राग करत– विशेषत: रामाचरण. कारण नात्याचा विचार केल्यास अंबिकानं त्याला बरोबरीनं वागवायला पाहिजे असं त्याला वाटत असे. केवळ द्वेषापोटी तो आपल्याला वरची जागा देत नाही अशी रामाचरणची ठाम समजूत होती. रामाचरणचा असा सिद्धान्त होता की त्याच्यात सध्या जरी योग्यता नसली तरी वरचा हुद्दा मिळाल्यावर आपोआपच योग्यता येईल. रामाचरणच्या मते मॅनेजरचं काम म्हणजे अगदी क्षुल्लक काम. पूर्वीच्या काळातील रथावरच्या झेंड्यासारखं. घोड्यांनी धावून धावून मरायचं आणि ह्यानं फक्त रथाबरोबर मजेत डोलत राह्यचं.

ह्या आधी जमीनदारीच्या कामासंबंधात विनोदनं कधीच चौकशी केली नव्हती. फक्त त्यानं काढलेल्या नव्या नव्या धंद्यांसाठी पैशाची गरज लागली की तो खजिनदाराला बोलावून घेऊन तिजोरीत किती पैसे आहेत ते विचारायचा. अर्थात हे सर्व चोरून चालायचं. मग कचरत पैसे मागायचा. जणू ते पैसे परक्याचे होते. खजिनदार त्याची सही घेऊन पैसे द्यायचा. त्यानंतर काही दिवस विनोद अंबिकाचं तोंड चुकवायचा. त्याला टाळायचा.

ह्यामुळे अंबिका मात्र अडचणीत सापडायचा. कारण जमीनदाराचा वाटा एकदा त्याला दिल्यावर उरलेल्या पैशांतून त्याला नोकरचाकरांचे पगार द्यायचे

असायचे. शिवाय साराही भरावा लागायचा. तिजोरीतील पैसे दुसरीकडे खर्च झाल्यास फार अडचण व्हायची. पण पैसे काढून घेताच विनोद चोरासारखा वावरायचा. त्याच्यासमोर यायचाच नाही. मग त्याला विचारणार तरी कसं? पत्राबित्राचाही काही उपयोग होत नसे. कारण विनोद अशा गोष्टींना दादच देत नसे.

विनोद फारच घोटाळा करायला लागला तेव्हा नाइलाजानं तिजोरीची किल्ली अंबिकानं स्वत:जवळ ठेवायला सुरुवात केली. त्यामुळे विनोदला पैसे मिळेनासे झाले. मालक असूनही नेभळट असल्यानं आपला अधिकार गाजवायाची हिंमतही त्याच्यात नव्हती. पण एवढं सगळं करूनही अंबिका पैसे वाचवू शकला नाही. असं कसं झालं?

अंबिकाच्या कडकपणामुळे विनोद चिडला. नेमकं ह्याच वेळेला नयनतारेनं त्याला अंबिकाबद्दल खोटंनाटं सांगितलं. झालं! विनोद बिथरला. एकेका नोकराला बोलावून चौकशी करायला लागला. रामाचरणनं संधी साधली. तो विनोदचा मुख्य हेर बनला.

गौरीकांतांच्या कारकिर्दीत दिवाणजी शेजारच्या जमीनदाराच्या जमिनीत गडबड करून जमीन लाटत. ते हे सर्व बिनदिक्कत करत. त्यांना ह्यात काही गैर वाटत नसे. आपल्या धन्याचा फायदा झाला म्हणजे पुरे! पण अंबिकाला हे मान्य नव्हतं. उलट तंटाबखेड्याची वेळ आल्यास तो समजुतीनं मिटवत असे. रामाचरणनं ही गोष्ट मालकांच्या लक्षात आणून दिली. अंबिका इतर जमीनदारांकडून लाच घेऊन विनोदचं नुकसान करतोय असं त्यानं विनोदच्या मनात भरवून दिलं. रामाचरणचा खरंच तसा विश्वास होता. अधिकार हातात असलेला माणूस पैसा खाल्ल्याशिवाय राहीलच कसा!

अशा रीतीनं विनोदच्या संशयाच्या आगीला फुंकर घातली गेल्यानं ती अधिकच भडकली. पण प्रत्यक्ष काही करण्याचं धैर्य त्याच्यापाशी नव्हतं. तो दोन गोष्टींमुळे माघार घेत होता. पहिली म्हणजे अंबिकाला तोंड दाखवायला तो घाबरत होता आणि दुसरी म्हणजे आपल्या सर्व कारभाराची इत्थंभूत माहिती असल्यामुळे आपण अंबिकाच्या विरुद्ध काही कारवाई केल्यास तो आपलं बरंवाईट करेल अशी त्याला भीती वाटत होती.

अखेर नयनतारा आपल्या नवऱ्याच्या ह्या कचखाऊ स्वभावावर चिडली आणि तिनं परस्पर अंबिकाला बोलावून घेतलं. अंबिका आत येताच पडद्याआडूनच तिनं सांगून टाकलं, 'तुम्हाला ह्या पुढे कामावर ठेवणं शक्य नाही. रामाचरणला सर्व हिशेब देऊन जा.'

आपल्या विरुद्ध कारवाया सुरू आहेत, ह्याची कल्पना अंबिकाला होतीच.

त्यामुळे नयनतारेच्या बोलण्याचं त्याला नवल वाटलं नाही. त्यानं ताबडतोब विनोदला विचारलं, 'आपण मला कामावरून कमी केलंय का?'

विनोद गडबडला. 'नाही. मुळीच नाही.'

'माझ्यावर संशय घेण्यासारखं काही घडलंय का?'

विनोद ओशाळला. 'नाही.'

नयनतारेच्या बोलण्याचा उल्लेख अंबिकानं टाळला. तो घरी आला. पण त्यानं इंद्राणीलाही काही सांगितलं नाही. असेच काही दिवस उलटले.

अंबिका आजारी पडला. ताप फार नव्हता. पण अशक्तपणा बराच आल्यानं तो कचेरीत जाऊ शकला नाही. ती वेळ कामाची होती. अनेक कामं बाकी होती. सारा भरायचा होता. त्यामुळे एके दिवशी सकाळीच अंबिका कामावर हजर झाला. तो असा अचानक येईल असं कुणालाच वाटलं नव्हतं. सर्वचजण त्याला घरी परत जाण्याचा आग्रह करायला लागले. म्हणायला लागले की एवढा अशक्तपणा असताना कामावर येण्याची गरजच काय?

अंबिकानं त्यांच्या म्हणण्याकडे दुर्लक्ष केलं आणि तो आपल्या डेस्कजवळ जाऊन बसला. तेव्हा त्याच्या हाताखालचे लोक गडबडले. उगाचच कामात गढून गेल्याचं ढोंग करायला लागले. अंबिकानं डेस्क उघडलं. त्यात एकही कागद नव्हता. त्यानं सगळ्यांकडे पाहून विचारलं, 'हे काय?'

सगळ्यांना माहीत असूनही सगळ्यांनी आश्चर्याचा धक्का बसल्याचं नाटक केलं. हे काय? कागदपत्रं गेली कुठं? चोरानं नेली की भुतानं? कोणाला काहीच सांगता येईना. तेव्हा रामाचरण म्हणाला, 'अरे, माहीत नसल्याचं नाटक पुरे. मालकांनी स्वतःच सर्व कागदपत्रं काढून नेली. तपासून बघण्यासाठी.'

अंबिकाच्या तोंडातून शब्द फुटेना. तो अतिशय संतापला होता. त्यानं फक्त एवढंच विचारलं, 'का? कशासाठी?'

रामाचरण काम करता करता वर न पाहताच म्हणाला, 'ते मी कसं सांगू?'

अंबिका आजारी असताना, रामाचरणच्या सांगण्यावरून विनोदनं अंबिकाच्या डेस्कची दुसरी किल्ली तयार करून घेतली होती आणि अंबिकाच्या प्रायव्हेट डेस्कमधून सर्व कागदपत्रं तपासून पाहण्यासाठी काढून घेतली होती. चलाख रामाचरणनं ही गोष्ट मोठ्या खुबीनं अंबिकाला सांगितली.

अंबिकानं थरथरत्या हातानं डेस्क बंद केलं आणि तो विनोदकडे गेला. पण तो आल्याचं कळताच विनोदनं डोकं दुखत असल्याचं सांगून त्याला भेटायचं टाळलं. मग मात्र अंबिका घरी गेला आणि थकलेलं अशक्त शरीर त्यानं बिछान्यावर लोटून दिलं. त्याला असं लवकर येऊन झोपलेलं पाहताच

इंद्राणी घाईघाईनं त्याच्याजवळ आली आणि तिनं ममतेनं, प्रेमानं त्याला धीर द्यायचा प्रयत्न केला. आज मात्र जे घडलं ते सर्व त्यानं इंद्राणीला सांगून टाकलं.

मग अचल चपला अचल राहणं शक्यच नव्हतं. ती संतापली. तिची छाती भात्यासारखी खालीवर व्हायला लागली. तिच्या मोठ्या मोठ्या काळ्याभोर डोळ्यांतून ठिणग्या उडायला लागल्या. माझ्या नवऱ्यासारख्या सज्जन माणसाचा असा अपमान! प्रामाणिकपणाचं हेच का फळ!

इंद्राणीनं तोंडातून चकार शब्द काढला नसला तरी तिचा राग अनावर झालाय हे स्पष्ट दिसत होतं. तिची ही स्थिती पाहून अंबिकानं आपला राग आवरला. तो शांत झाला. देवीच्या कोपापासून पाप्याला सोडवण्यासाठी इंद्राणीचा हात हलकेच हातात घेऊन अंबिका म्हणाला, 'विनोद अगदी पोरकट आहे. त्यातून भित्रा. लोकांचं ऐकतो आणि तसाच वागतो.'

अंबिकाचं हे बोलणं ऐकताच इंद्राणीनं आपले दोन्ही हात त्याच्या गळ्याभोवती टाकून त्याला छातीशी आवळून धरलं. तिचे डोळे वाह्यला लागले. जणू काही जगातल्या सर्व अन्यायांपासून, सर्व अपमानापासून आपल्या आवडत्या माणसाला ती वाचवायला पाहात होती. आपल्या हृदयमंदिरात सुरक्षित ठेवू पाहत होती.

आता मात्र विनोदची नोकरी सोडायचीच असं अंबिकानं पक्कं ठरवलं. त्याला आता अडवणं कोणालाच शक्य नव्हतं. पण इंद्राणीचं मन ह्या निर्णयामुळे काही शांत झालं नाही. मालकाला अंबिका नकोच होता. मग काम सोडण्यानं मालकाला कशी काय शिक्षा होणार होती? नोकरी सोडायची ठरवताच अंबिकाचं मन मात्र एकदम शांत झालं. इंद्राणीनं वरून दाखवलं नाही तरी आतून ती रागानं धुमसत होती.

उपसंहार

अंबिकाचा नोकर घाईघाईनं आत आला आणि त्यानं वाड्यावरून बाबूंचा खजिनदार अंबिकाला भेटण्यास आल्याचं सांगितलं. अंबिकाला वाटलं की विनोदला स्वत:ला सांगणं जड वाटत असावं म्हणून त्यानं खजिनदाराबरोबर नोकरी सोडण्याबद्दल निरोप पाठवला असावा. त्यानं स्वत:च घाईघाईनं राजीनामा लिहिला आणि बाहेरच्या बैठकीत बसलेल्या खजिनदाराच्या हातात दिला. पण खजिनदार त्याकडे लक्ष न देता इतकंच म्हणाला, 'सगळा निकाल लागला बघा!'

'का? काय झालं?' अंबिकानं गोंधळून विचारलं.

त्याचं असं झालं होतं की अंबिकानं चावी आपल्यापाशी ठेवायला सुरुवात केल्यामुळे विनोदला तिजोरीतून हवा तसा पैसा काढता येईना. तेव्हा विनोदनं

कर्ज काढायला सुरुवात केली. एकामागून एका धंद्याचं दिवाळं वाजायला लागल्यावर शहाणपण सुचण्याऐवजी विनोदला उलटा जोरच चढला. कर्ज फेडण्यासाठी त्यानं नाना उपाय केले. त्यामुळे तो गळ्यापर्यंत कर्जात बुडला. अंबिका आजारी असताना विनोदनं होता नव्हता तो सर्व पैसा काढून घेतला. बांकागाडी परगणा बरेच दिवसांपासून शेजारच्या जमीनदाराकडे गहाण होता. त्या जमीनदारानं चलाखी केली. पैशासाठी तगादा लावला नाही. त्यामुळे बरंच व्याज वाढलं. व्याज बरंच झाल्यावर आता योग्य वेळ आलीय असा विचार करून तो आता डिक्रि करण्याच्या प्रयत्नात होता. खरं संकट हेच होतं.

ही सर्व हकिकत ऐकताच अंबिका काही वेळ अवाकच झाला. मग विचार करून खजिनदाराला म्हणाला, 'आता मला काही सुचत नाहीय. उद्या काय ते पाहू या.'

खजिनदार निरोप घेऊन परत जायला निघाला तेव्हा अंबिकानं आपला राजीनामा परत घेतला.

इंद्राणीला सर्व तपशीलवार सांगून अंबिका म्हणाला, 'विनोद असा अडचणीत सापडला असताना मी राजीनामा देणार नाही.'

इंद्राणी बराच वेळ पुतळ्यासारखी बसून राहिली. तिच्या मनात द्वंद्व चाललं होतं. ते तसंच दाबून, स्वत:चा विरोध बाजूला ठेवून सुस्कारा टाकत ती म्हणाली, 'नाही. आता नोकरी सोडून चालणार नाही.'

पैसा जमवण्यासाठी धावपळ सुरू झाली. पण एवढा पैसा आणायचा कुठून! अंबिकानं विनोदला सल्ला दिला की नयनतारेचे दागिने मोडावेत. ह्या आधीही धंद्यासाठी पैसा उभा करण्याकरिता विनोदनं नयनतारेकडे दागिने मागितले होते. पण नयनतारेनं त्याला भीक घातली नव्हती. आताही त्यानं बरीच गयावया केली. पण नयनतारा आपले दागिने द्यायला तयार झाली नाही. तिनं विचार केला की सर्वच गमावलंय. एकमात्र दागिनेच राहिलेत. ते देऊन चालणार नाही.

पैसा उभा राहत नाही हे कळल्यावर इंद्राणीला सुडाच्या भावनेनं गुदगुदल्याच झाल्या. ती अंबिकाला म्हणाली, 'तुमचं कर्तव्य तुम्ही केलंय. आता शांत राहा. जे व्हायचं ते होऊ द्या.'

आपला अपमान झाला म्हणून ही रागावलीय आणि तो राग आतल्या आत अजून धुमसतोय हे अंबिका उमजला. त्याला हसू आलं. संकटात सापडल्यावर विनोद एखाद्या लहान मुलाप्रमाणे त्याच्यावर विसंबला होता. अंबिकाला खरोखरच त्याची दया येत होती. आता विनोदला सोडणं शक्य नव्हतं. अंबिकानं आपली मालमत्ता गहाण ठेवून पैसा उभारायचा असं ठरवलं. पण इंद्राणीनं तसं करण्यास कडाडून विरोध केला. ती म्हणाली, 'माझी शपथ! असं काही करायचं नाही.'

अंबिकाला काय करावं ते सुचेना. त्यानं तिला समजविण्याचा खूप प्रयत्न केला. पण ती काही ऐकून घ्यायला तयारच नव्हती. अखेर नाइलाजानं तो गप्प बसला. तेव्हा इंद्राणीनं लोखंडी पेटीतून आपले सर्व दागिने काढले आणि नवऱ्याच्या पायापाशी नेऊन ठेवले. तिच्या चेहऱ्यावर मंद हसू होतं.

इंद्राणी आजोबांची एकुलती एक लाडकी नात होती. त्यामुळे त्यांच्याकडून तिला भरपूर दागिने मिळाले होते. अंबिकाही उधळ्या नव्हता. त्याचा पैसा इंद्राणीनं दागिन्याच्या रूपानंच साठवून ठेवला होता. ते सर्व धन नवऱ्यापुढे ठेवून ती म्हणाली, 'माझ्या आजोबांनी दिलेलं दान हे दागिने देऊन सोडवू या आणि पुन्हा मालकांनाच दान करू या.'

तिनं ओले झालेले डोळे मिटले तेव्हा पांढरे, विरळ केस असलेले, गोरे, देखणे, तेजस्वी, धीराचे, शांत, प्रेमळ, सरळ मनाचे आजोबा आपला थंड, प्रेमळ हात तिच्या डोक्यावर ठेवून आशीर्वाद देताहेत असा तिला भास झाला.

बांकागाडी परगणा पुन्हा विनोदकडे आला तेव्हा त्या आनंदाप्रीत्यर्थ आयोजलेल्या मेजवानीला आपली प्रतिज्ञा मोडून, निरलंकार इंद्राणी गेली तेव्हा पूर्वीचा सल ती पार विसरून गेली होती.

❑

---

१. बउभात :- सासरी गेल्यानंतर प्रथमच नव्या नवरीनं सासरच्या लोकांना स्वत: जेवायला वाढण्याचा कार्यक्रम.

अपरिचिता

आज माझं वय सत्तावीस आहे. काळाचा विचार केला तर माझं आयुष्य मोठं नाही आणि लायकीच्या दृष्टीनं नाहीच नाही. तरीही त्याला एक विशेष किंमत आहे. फुलावर बसलेल्या भुंग्याच्या चिमुकल्या पावलांची खूण फुलाच्या अंतरात बीप्रमाणे घट्ट धरून राहावी तसंच माझ्या आयुष्यात घडलंय. घटना तशी लहानच म्हणावी लागेल. आणि इथं मी ती थोडक्यातच सांगणार आहे. पण क्षुल्लक म्हणून तिच्याकडे बघू नये म्हणजे तिच्यातील मर्म समजल्याशिवाय राहणार नाही.

कॉलेजमध्ये जाऊन जेवढ्या परीक्षा द्यायला हव्या होत्या तेवढ्या मी दिल्या होत्या आणि त्यात उत्तीर्णही झालो होतो. लहानपणी माझा देखणा चेहरा पाहून मास्तर मला 'सावरीचं फूल' किंवा 'कंवडळाचं फळ' म्हणत आणि भरपूर टिंगल करत. तेव्हा मी अतिशय शरमिंदा होत असे. पण आता वय वाढल्यावर वाटतं की पुनर्जन्म असेल तर मला पुन्हा तसाच देखणा चेहेरा मिळावा व माझ्या मास्तरांनी पुन्हा माझी तशीच टिंगल करावी.

सुरुवातीला आमची गरिबी होती. माझ्या वडिलांनी वकिली करून गडगंज पैसा मिळवला. पण त्या पैशाचा उपभोग घ्यायला त्यांना सवडच मिळाली नाही. त्यांना विश्रांती मिळाली ती मरणानंतरच.

वडील गेले तेव्हा मी खूप लहान होतो. आईनंच मला वाढवलं. आईही गरिबाघरची होती. म्हणूनच आमच्या श्रीमंतीचा तिला कधी विसर पडला नाही आणि तिनं मलाही कधी विसर पडू दिला नाही. मी फारच लाडात वाढलो आणि त्यामुळेच बहुधा कधीच मोठा झालो नाही. अजूनही माझ्यात जाणतेपणा आलाय असं वाटत नाही.

माझं पालकत्व पत्करलं होतं माझ्या मामानं. तो माझ्यापेक्षा फारतर सहा-एक वर्षांनं मोठा असेल. जमिनी खालून वाहणाऱ्या फल्गु नदीनं सर्व वाळू आपल्या उदरात गडप करावी तसंच आमच्या मामानं आमचा संसार शोषून घेतला होता. त्यामुळे टोकरल्याशिवाय थेंबसुद्धा बाहेर येणं शक्य नव्हतं. म्हणूनच मला कसलीही काळजी नव्हती.

मुलींच्या वडिलांनाही माझं स्थळ अगदी योग्य वाटत असे. मला तंबाखूचंसुद्धा व्यसन नव्हतं. भला माणूस व्हायला काही पैसे पडत नव्हते म्हणून मी भला माणूस झालो इतकंच! आईचं मी ऐकत असे किंवा असंही म्हणता येईल की आईला नाही म्हणण्याची माझ्यात ताकद नव्हती. जनानी अंमलाखालीच राह्यचं शिक्षण मला मिळालं होतं. एखादीनं स्वयंवर मांडलं तर माझ्या ह्या गुणाची तिनं जरूर दखल घ्यावी!

बड्या घरच्या बऱ्याच मुली मला सांगून येत होत्या. पण माझा मामा म्हणजे माझ्या भाग्याचा ह्या जगातला मुख्य एजंट. लग्नासंबंधी त्याची काही ठाम मतं होती. श्रीमंत बापाची मुलगी त्याला आमच्या घरात यायला नको होती. ह्या घरात येणाऱ्या मुलीनं खाली मान घालूनच यायला हवं होतं. अर्थात पैशाचा लोभ त्याला नव्हता असं नव्हे. उलट पैशाची माया त्याच्या हाडामांसात खिळली होती. त्याला असे व्याही पाहिजे होते की ज्यांच्याजवळ पैसा नसला तरी मुलीच्या लग्नात पैसा सोडायला त्यांनी कसूर करता कामा नये. व्याह्यांना चांगलं पिळून तर काढता आलं पाहिजे पण ते कधी आमच्या घरी आलेच तर गुडगुडीऐवजी नेहमीचा हुक्का पुढे केला तरी त्यांनी तक्रार करता कामा नये.

माझा मित्र हरीष कानपूरला नोकरी करत होता. तो सुटीत कलकत्त्याला आला आणि त्यानं मला उगीचच भरीला घातलं. म्हणाला, 'अरे, मुली पाहत असशील तर एक खास मुलगी आहे बरं का!'

काही दिवसांपूर्वीच एम.ए. झालो होतो. करण्यासारखं असं काहीच नव्हतं. वेळ खायला उठत होता. स्वत:ची मालमत्ता सांभाळण्याची काळजी नव्हती. काळजी करण्याची इच्छाही नव्हती आणि सवय तर नव्हतीच नव्हती. घरात आई होती आणि बाहेरचं बघायला मामा.

अशा ह्या फुरसतीच्या विस्तीर्ण वाळवंटात, माझं मन, विश्वव्यापी नारीरूपाचं मृगजळ पाहण्यात दंग होतं. आकाशात त्या रूपाच्या नजरेचा भास होत होता. वाऱ्यामध्ये नि:श्वास ऐकू येत होते. तर झाडांच्या सळसळीतून गुजगोष्टी. नेमक्या ह्याच वेळी हरीषनं मुलीचा विषय काढला होता. वसंतातील झुळकेनं बकुलवनातील कोवळी पालवी थरथरावी तसं माझं शरीर आणि मन रोमांचित होऊन छायाप्रकाश पिंजायला लागलं. हरीष मोठा रसिक होता. रसपूर्ण वर्णन करण्यात पटाईत होता आणि मन होतं तहानलेलं. मी हरीषला सुचवलं, 'एकदा मामाजवळ विषय काढून तर बघ!'

हरीष गप्पा मारण्यातही तरबेज होता. सगळेच त्याचं कौतुक करायचे. मामालाही तो आवडायचा. त्यानं मामाजवळ विषय काढला. मामाला मुलीपेक्षा तिच्या बापात अधिक रस होता. मुलीच्या बापाची स्थिती त्याला हवी तशीच

होती. एके काळी त्यांच्या घरावर लक्ष्मीचा वरदहस्त होता. तिजोरी भरलेली होती. पण आता स्थिती पालटली होती. तिजोरी जवळ जवळ रिकामीच झाली होती तरी तळाला काही शिल्लक होतंच. गावात आब सांभाळून राहणं कठीण झाल्यानं ते गाव सोडून पश्चिमेकडे स्थायिक झाले होते. तिथं ते एखाद्या सामान्य, गरीब गृहस्थाप्रमाणे राहत होते. त्यांना ही एकच मुलगी असल्यानं तिजोरीत जे काही शिल्लक होतं ते तिला द्यायला ते नक्कीच मागेपुढे पाहणार नव्हते.

हे सगळं अगदी ठीक होतं. पण मुलगी पंधरा वर्षांची आहे हे ऐकून मामा थोडा नाराज झाला. घराण्यात कुठं काही दोष? नाही. तसं काही नव्हतं. बापाला हवं तसं योग्य स्थळ न मिळाल्यामुळे मुलीचं लग्न झालं नव्हतं. आधीच मुलांचा भाव वधारलेला आणि त्यात पुन्हा बापाचा अट्टाहास. बाप थांबायला तयार असला तरी मुलीचं वय थांबायला तयार नव्हतं.

काहीही असो, हरीषच्या रसाळ वाणीचा चांगलाच परिणाम झाला. मामा थोडा नरमला आणि लग्नाची बोलणी निर्विघ्नपणे पार पडली.

कलकत्त्यापलीकडचं सर्व जग मामाच्या लेखी अंदमानच्या काळ्या पाण्यासारखं होतं. उभ्या आयुष्यात, फक्त एकदाच, कसल्यातरी महत्त्वाच्या कामासाठी तो कोन्नगरपर्यंत गेला होता. तो जर मनु असता तर त्यानं आपल्या स्मृतीत हावड्याचा पूल ओलांडणं निषिद्ध असल्याचं घोषित केलं असतं. एकदा मुलगी प्रत्यक्ष पाहवी असं मनात असूनही मामाला सांगण्याचा धीर झाला नाही. मुलीला पाहण्यासाठी आणि आशीर्वाद देऊन येण्यासाठी पाठवलं होतं माझ्या आतेभावाला— विनूदादाला. त्याच्या आवडीनिवडीवर आणि हुशारीवर आमचा सोळा आणे भरवसा होता. तो परत येऊन सांगायला लागला, 'वाईट नाही. एकदम बावनकशी सोनं.'

विनूदादा शब्दांचा महाकंजूष. आम्ही ज्याला 'सुंदर, उत्कृष्ट' म्हणत असू त्याला तो 'ठीक आहे' असं म्हणायचा. तेव्हा त्याच्या बोलण्यावरून मला कळून चुकलं की माझ्या नशिबात प्रजापती आणि पंचशर ह्या दोघांत विरोध नाही.

सांगायला नकोच की विवाहासाठी नवऱ्यामुलीकडच्या लोकांनाच कलकत्त्याला यावं लागलं. मुलीच्या वडिलांचा– शंभुनाथबाबूंचा– हरीषवर किती विश्वास होता ह्याचा पडताळा मला आला. लग्नापूर्वी फक्त तीन दिवस आधी त्यांनी मला प्रथम पाहिलं आणि आशीर्वाद देऊन गेले. त्याचं वय असावं चाळीसच्या आसपास. केस काळे होते पण मिशीत मात्र पांढरा रंग दिसायला सुरुवात झाली होती. दिसायला ते शंभरजणात उठून दिसतील असे देखणे होते.

मला पाहून ते खूष झाले असावेत असं वाटतं. नक्की कळणं कठीण होतं.

कारण ते अबोल होते. जे काही बोलत होते तेही गुळमुळीत. मामाचं मात्र तोंड सुटलं होतं. आम्ही श्रीमंतीत आणि प्रतिष्ठेत कसे कोणापेक्षाही कमी नाही हे तो पुन्हा पुन्हा वेगवेगळ्या तऱ्हेनं सांगत होता. शंभुनाथबाबूंनी ना त्याच्या बोलण्याला साथ दिली ना मान डोलावली. त्यांनी तोंडातून ब्र काढला नाही. मी मामाच्या जागी असतो तर कंटाळून गप्प बसलो असतो. पण मामा गप्प बसणं कठीणच! उलट शंभुनाथबाबू बोलत नाहीत ह्याचा अर्थ 'हा माणूस अगदीच पुळचट आहे, गरीब आहे,' असाच त्यानं घेतला. आणि म्हणून तो व्याह्यांवर खूष झाला. कारण मुलीच्या बापात इतर कोणतेही गुण असोत वा नसोत बाणेदारपणा असता कामा नये. जेव्हा शंभुनाथबाबू निघाले तेव्हा मामानं त्यांना तिथूनच निरोप दिला. त्यांना पोहोचवायला तो खाली गाडीपर्यंत गेला नाही.

हुंडा, मुलीच्या अंगावर घालायचे दागिने ह्याबद्दल आधीच सगळं ठरलं होतं. मामाला आपल्या हुशारीचा जरा जास्तच अभिमान होता. बोलण्यात तो कधी चुकत नसे. रोख रक्कम किती द्यायची हे तर ठरलंच होतं. पण सोनं किती तोळे आणि किती कॅरटचं असावं हेही ठरवून घेतलं होतं. मी ह्यामध्ये कुठंच नव्हतो. काय काय ठरलंय हे मला माहीत नव्हतं. हुंडा ही नेहमीचीच सामान्य व्यवहारातील गोष्ट असली तरी लग्नात ह्या गोष्टीला सर्वांत जास्त महत्त्व असतं हे मात्र मला चांगलं माहीत होतं. ह्या गोष्टीची जबाबदारी आम्ही ज्याच्यावर टाकली होती तो एका पैशानंसुद्धा फसणारा नाही ह्याची खात्री होती. खरं तर, व्यवहाराला अतिशय पक्का असलेल्या मामाबद्दल आम्हाला गर्वच वाटत असे. स्वत:ची अक्कल लढवून तो आमचं भलं करणारच. मग दुसरा जगो वा मरो! दुसऱ्याला कितीही त्रास होईना का आम्हाला हवं तसं झालंच पाहिजे ही त्याची जिद्द होती.

माझा हळदीचा समारंभ अगदी धुमधडाक्यात झाला. हळद घेऊन इतकी माणसं मुलीकडे गेली की त्यांची खानेसुमारी करायची म्हटलं असतं तर एक स्वतंत्र कारकूनच ठेवावा लागला असता. इतक्या लोकांना विडादक्षिणा देऊन त्यांची पाठवणी करताना मुलीच्या बापाची कशी तारांबळ उडेल ह्याचं मनोवेधक चित्र रंगवून मामाबरोबर आईही पोट धरधरून हसली होती.

बँड, ताशा-वाजंत्री, ढोल-नगारे अशी जी काही मोठा आवाज करणारी साधनं असतील ती सर्व एकत्र करून बीभत्स गोंगाटाचा मस्तवाल हत्ती संगीत-सरस्वतीचं कमलवन तुडवत माझ्यासह लग्नघरी पोहोचला. अंगठीपासून हारापर्यंत जेवढ्या प्रकारचे जडजवाहीर असतील त्यांनी लडबडलेला माझा देह म्हणजे जणू लिलावात काढलेलं दागिन्यांचं दुकानच! भावी जावई किती मोलाचा आहे हे सिद्ध करण्यासाठीच की काय अंगावर पुरावे लेवून मी भावी सासऱ्याशी

मुकाबला करायला निघालो होतो.

लग्नघर पाहून मामा काही खूष झाला नाही. कारण अंगणातला मांडव वऱ्हाड्यांना बसायलासुद्धा पुरण्यासारखा नव्हता आणि बाकीही तयारी यथातथाच आहे असं मामाचं म्हणणं पडलं. शंभुनाथबाबूंचं एकंदर वागणंही अगदी थंडपणाचं होतं. तोंडातून शब्द नाही. अदबही बेताचीच. टक्कल पडलेला, काळा, पोट सुटलेला शंभुनाथबाबूंचा वकील मित्र कमरेभोवती चादर लपेटून, डोकं हलवत प्रत्येकापुढे हात जोडून, नम्रपणे हसत, मध्येच घोगऱ्या आवाजात बँडला इशारा करत पुढे आला नसता तर तेव्हाच काहीतरी घोटाळा झाला असता.

मी मांडवात जाऊन बसताच शंभुनाथबाबूंना घेऊन मामा शेजारच्या खोलीत गेला. त्यांचं काय बोलणं झालं कोण जाणे! पण थोड्या वेळानं शंभुनाथबाबू माझ्यापाशी येऊन म्हणाले, 'जावाईबापू, जरा आत याल तर बरं!'

भानगड अशी होती — सगळ्यांचं नसलं तरी काहींचं एक ध्येय असतं. मामाचं ध्येय एकच. कुणाकडून कधीही फसायचं नाही. त्याचे व्याही दागिन्यात त्याला फसवतील अशी त्याला भीती वाटत होती. एकदा लग्न लागल्यावर काही बोलता आलं नसतं. लग्नघराचा अवतार, आहेर, मानपान ह्यांची व्यवस्था मामाच्या दृष्टीनं जेमतेमच होती. तेव्हा ह्या माणसाच्या बोलण्यावर विश्वास ठेवण्यात अर्थ नाही असा त्यानं समज करून घेतला आणि म्हणूनच आमच्या सोनाराला बोलावून घेतलं. मी आत गेलो तेव्हा मामा एका खाटेवर बसला होता तर आमचा सोनार आपला तराजू आणि वजनमापं घेऊन जमिनीवरच फतकल घालून बसला होता. शंभुनाथबाबू मला म्हणाले, 'तुमच्या मामाचं म्हणणं आहे की लग्नाचे विधी सुरू होण्यापूर्वीच दागिने पारखून घ्यावेत. ह्यावर तुमचं काय म्हणणं आहे?'

मी मान खाली घालून गप्प बसलो. मामा म्हणाला, 'तो आणखी काय वेगळं सांगणार! माझं म्हणणं तेच त्याचं म्हणणं.'

शंभुनाथबाबूंनी मला पुन्हा विचारलं, 'मग ठरलं? त्यांच्या म्हणण्याप्रमाणेच करायचं? तुम्हाला काहीच बोलायचं नाही?'

मी अशी मान हलवली की त्यावरून त्यांना कळावं की ह्या बाबतीत काहीही बोलण्याचा मला अधिकार नाही. 'ठीक आहे तर! बसा तुम्ही. मी मुलीच्या अंगावरचे दागिने काढून आणतो.' असं म्हणून शंभुनाथबाबू उठताच मामा म्हणाला, 'अनुपमनी इथं कशाला थांबायला पाहिजे? तो मांडवात जाऊन बसू दे.'

शंभुनाथबाबू म्हणाले, 'नाही. त्यांनी इथंच बसायला हवं.'

काही वेळानं शंभुनाथबाबू परत आले. त्यांनी दागिने एका पंच्यात बांधून

आणले होते. त्यांनी पंचा खाटेवर, मामा बसला होता तिथं पसरला. दागिने बारीक जाळीचे, कलाकुसर केलेले नव्हते. ते मुलीच्या आजीचे होते. सगळे नग जाडजूड आणि वजनदार. सोनारानं दागिन्यांवर नजर टाकताच आपलं मत देऊन टाकलं. तो म्हणाला, 'अहो, ह्यात काय पहायचंय! ह्यात काहीही खोट नाही. कुठंही डाग नाही. असलं सोनं तर हल्ली पाह्यलासुद्धा मिळत नाही.' असं म्हणून त्यानं एक मकरमुखी जाड कंगन दाबताच ते वाकलं. मामा मात्र दागिन्याची यादी करण्यात गुंतला होता. उद्देश हाच की लग्न लागल्यावर एखादा डाग कमी होऊ नये. दागिन्यांचे वजन केल्यावर लक्षात आलं की ठरल्यापेक्षा ते जास्तच वजनाचे होते.

त्या दागिन्यांत एक इयररिंगचा जोड होता. शंभुनाथबाबूंनी तो सोनाराच्या हातात दिला आणि म्हटलं, 'हाही जरा बघा बरं!'

सोनार म्हणाला, 'हा मात्र विलायती माल आहे हं! ह्यात सोनं फारच कमी असतं.' शंभुनाथबाबूंनी तो इयररिंगचा जोड मामाच्या हातावर ठेवला. म्हणाले, 'हा तुम्हीच ठेवा.' मामानं तो हातात घेऊन निरखून पाहिला. आशीर्वादाच्या वेळी आमच्याकडूनच तो मुलीच्या अंगावर घातला होता. मामाचा चेहरा शरमेनं लाल झाला. 'ह्या दरिद्री माणसाकडून फसवणूक होत होती. आपण ती उघडकीस आणली' हा आनंद तो मिळवायला पाहत असताना त्याच्या पदरात भलतंच काहीतरी पडलं. त्याचा चेहरा उतरला. तो मला म्हणाला, 'अनुपम, जा. तू बाहेर जाऊन बस.'

शंभुनाथबाबू म्हणाले, 'बाहेर कशाला? आता पानावरच बसा.'

'असं कसं? ...मुहूर्त ....' मामा चाचरला.

'त्याची काळजीच करू नका. आता ऊठा.'

शंभुनाथबाबू दिसतात तसे नाहीत हे कळून चुकलं. भलतेच भक्कम होते ते. मामाला उठावंच लागलं. सर्वांची जेवणं झाली. बेत साधाच पण उत्तम होता. व्यवस्था नीटनेटकी होती. स्वच्छता व टापटीप वाखणण्यासारखी होती. सगळे तृप्त झाले. वऱ्हाडी जेवल्यावर शंभुनाथबाबू मला जेवायचा आग्रह करायला लागले. मामा म्हणाला, 'अहो, हे काय? लग्नाआधी नवरदेव कसा जेवेल!'

मामाच्या बोलण्याकडे संपूर्ण दुर्लक्ष करत शंभुनाथबाबूंनी मला विचारलं, 'तुमचं काय म्हणणं आहे? आता जेवण्यात चूक काय?'

मूर्तिमंत मातृ-आज्ञा-स्वरूप मामा तिथं असताना त्याच्याविरुद्ध वागणं मला शक्य नव्हतं. मी नकार दिला. तेव्हा शंभुनाथबाबू मामाला म्हणाले, 'आपल्याला बरेच कष्ट पडले. आम्ही गरीब माणसं. आपल्या तोलाची व्यवस्था करणं शक्य नाही. क्षमा करा. आता रात्र झालीय. तेव्हा आपल्याला आणखी

त्रास द्यायची माझी इच्छा नाही. आता आपण...'

'हो. हो. मांडवात जाऊ या. केव्हापासून मी तेच म्हणतोय.'

'मग गाडी बोलावू आपल्यासाठी?'

'अहो, काय थट्टा करताय काय?'

'थट्टा तर आपणच केलीत. असा थट्टेतला संबंध कायम करण्याची माझी इच्छा नाही.'

मामा डोळे विस्फारून पाहतच राहिला.

शंभुनाथबाबू पुढे म्हणाले, 'माझ्या मुलीच्या अंगावर घातलेले दागिने मीच चोरेन असं ज्यांना वाटतं त्यांच्या घरात मी माझी मुलगी देणार नाही.'

ते माझ्याशी एक चकार शब्द बोलले नाहीत. कारण माझं पाणी त्यांनी जोखलं होतं.

त्यानंतर जे घडलं ते सांगायची माझी इच्छा नाही. झुंबरं, सामानसुमान तोडून फोडून वऱ्हाडी लोकांनी 'दक्षयज्ञा'चा खेळ झकास पार पाडला. आणि ते निघून गेले. घरी परतताना बँड, वाजंत्री वाजली नाही. बत्त्यांनी आपली जबाबदारी आकाशातल्या ताऱ्यांवर ढकलून कुठं महानिर्वाण केलं तेही समजलं नाही.

घरात तर आग भडकली होती. मुलीचा बाप आणि इतकी गुर्मी! प्रत्यक्ष कलीच अवतरला की! सगळे म्हणायला लागले की आता मुलीचं लग्न कसं करतो ते बघूच या!

पण ज्याला मुलीच्या लग्नाची फिकीर नव्हती त्याला शिक्षा तरी कशी करणार?

लग्नमंडपातून मुलीच्या बापानं लग्न न करताच परत पाठवून दिलेला असा मी हा सबंध बंगालमधला पहिला आणि एकमेव पुरुष होतो. दिवे पाजळून, वाजंत्री लावून, मोठ्या थाटामाटात कोणत्या पापग्रहानं माझ्यासारख्या सुपात्राच्या कपाळी कलंकाचा टिळा लावला बरं? वऱ्हाडी कपाळ बडवत म्हणायला लागले, 'लग्नाआधीच आम्हाला चलाखीनं जेवायला घातलं म्हणून! नाहीतर चुलकटासकट सगळ्या अन्नाची नासडी केली असती. तेव्हा कळली असती खरी मजा!'

ठरलेलं लग्न मोडून आमचा अपमान केला म्हणून आकांडतांडव करणारा मामा फिर्याद करण्याची भाषा बोलायला लागला तेव्हा हितचिंतकांनी त्याला समजावलं. ते म्हणाले, 'झाला एवढा तमाशा पुरे!'

मीही खूप चिडलो होतो हे वेगळं सांगायला नकोच. शंभुनाथला कसंही करून चारी मुंड्या चीत करायचं आणि पायावर लोळण घ्यायला लावायची असं स्वप्न मिशीला पीळ देत मी पाहत होतो.

पण ह्या आकांडतांडवाच्या काळ्याकुट्ट प्रवाहाच्या जोडीनं आणखी एक प्रवाह वाहत होता आणि त्याचा रंग अजिबात काळा नव्हता. त्या अपरिचित मुलीकडे ओढ घेणाऱ्या माझ्या मनाला मागे खेचणं शक्य नव्हतं. ती भिंतीपलीकडेच राहून गेली होती. माझ्या स्वप्नभूमीतील कल्पलता वसंतातील बहर माझ्या पायावर वाहण्यासाठी वाकली होती, हवेत गंध दरवळत होता, पानांची सळसळ ऐकू येत होती. फक्त एका पावलाचं अंतर ...पण क्षणात ते अंतर अपार झालं. कपाळावर चंदनाची नक्षी, अंगावर लाल साडी, चेहेऱ्यावर रक्तिमा असलेल्या, त्या भिंतीपलीकडे बसलेलीच्या मनात काय होतं कसं सांगू?

इतके दिवस रोज संध्याकाळी विनूदादाकडे जाऊन मी त्याला सतावत होतो. विनूदादा शब्दाचा जड. त्यामुळे त्याच्या तोंडातून बाहेर पडलेला प्रत्येक शब्द म्हणजे जणू ठिणगीच. माझं मन पेटवणारी. ती सुंदर आहे हे समजलं होतं. पण ना मी तिला कधी प्रथ्यक्ष पाहिलं ना तिचा फोटो. सगळंच अस्पष्ट, अधुरं, धूसर राहून गेलं. तिला पाहिलं नसल्यानं मनातही साठवू शकलो नाही. त्यामुळे त्या लग्नघराच्या भिंतीभोवती उसासे टाकत भुताप्रमाणे माझं मन घोटाळत राहिलं.

हरीषकडून कळलं की तिला माझा फोटो दाखवला होता. आवडलाही होता म्हणे! न आवडण्याचं काही कारणच नव्हतं. माझं मन म्हणत असे की तो फोटो तिनं एखाद्या पेटीत लपवून ठेवला असेल, सुनसान दुपारी खोलीचं दार लावून ती तो हळूच बघत असेल, ती वाकून पाहत असताना तिचे केस फोटोवर पडत नसतील? बाहेर पावलांचा आवाज येताच ती तो आपल्या सुगंधी पदरात लपवत नसेल?

दिवस सरकत होते. वर्ष उलटलं. मामा त्या प्रसंगानं इतका शरमिंदा झाला होता की तो माझ्या लग्नाची गोष्टच काढत नव्हता. लोक झालं गेलं विसरले की पुन्हा माझ्या लग्नाचं बघावं, अशी आईची इच्छा होती.

इकडे मला कळलं की त्या मुलीला चांगलं स्थळ सांगून आलं होतं. पण तिनं म्हणे लग्न न करण्याचा पणच केला होता! ऐकून मन रोमांचित झालं. मी कल्पनेनंच चित्र रंगवायला लागलो— ती धड जेवत नाहीय, उन्हं उतरली तरी वेणीफणी करायचं तिला भानच नसतं, तिचा बाप तिच्याकडे पाहून विचार करतोय की पोरीला झालंय तरी काय! अचानक तिच्या खोलीत येऊन पाहतो तर तिच्या डोळ्यांत पाणी. तो विचारतो, 'पोरी, काय झालं ग?' घाईघाईनं डोळे पुसून पोर म्हणते, 'काही नाही, बाबा!' एकुलती एक लाडकी पोर. पाण्याविना झाड वाळावं तशी ती कोमेजत चाललेली पाहताच बापाला राहवत नाही. मग सगळा मानपान सोडून तो माझ्या दाराशी येतो. नंतर? माझ्या मनातला काळा

प्रवाह काळ्या नागाचं रूप घेऊन फणा काढून म्हणतो, 'ठीक आहे. पुन्हा लग्नाचा खेळ मांडू दे. रोषणाई होऊ दे. घरच्यांना - बाहेरच्यांना आमंत्रणं जाऊ देत. आयत्या वेळी तू बाशिंग तुडवून निघून ये.' पण डोळ्यातला स्वच्छ, शुद्ध, पांढराशुभ्र अश्रू राजहंसाचं रूप घेऊन म्हणतो, 'मी पूर्वी दमयंतीच्या उपवनात नव्हतो का गेलो? मग आताही मला त्या विरहिणीकडे जाऊ दे. तिच्या कानात मी गोड बातमी सांगेन.' मग? मग दुःखाची रात्र सरेल. नववर्षा बरसेल. म्लान झालेलं, कोमेजून मान टाकून बसलेलं फूल पुन्हा टवटवीत होऊन मान उंचवेल. ह्या वेळी भिंतीबाहेर राहील संपूर्ण जग. आत प्रवेश करेल फक्त एकजण. नंतर? नंतर गोष्टच संपेल.

पण गोष्ट अशी संपली नाही. ती अर्धवट कशी राहिली ते थोडंसं सांगून थांबतो.

आईला घेऊन मी तीर्थयात्रेला निघालो होतो. ही जबाबदारी मलाच उचलावी लागली होती. कारण मामाला 'हावडा पूल बंदी' होती. आम्ही रेल्वेतून प्रवास करत होतो. झोपेत धक्के खाता खाता डोक्यात चित्रविचित्र स्वप्नांचा खुळखुळा वाजत होता. एका स्टेशनवर गाडी थांबताच मला जाग आली. बाहेर पाहिलं. तेही एक छाया-प्रकाशातलं स्वप्नच वाटत होतं. ओळखीच्या होत्या त्या फक्त आकाशातल्या चांदण्या. बाकी सगळं अनोळखी, अस्पष्ट. पृथ्वी किती अपरिचित आहे, किती दूरवर पसरली आहे ह्याची जाणीव करून देत होते स्टेशनवरचे दिवे. आई झोपली होती. दिव्याखाली हिरवा पडदा. खाली बाजूला ट्रंका, पेट्या. कोण कोणाच्या मानगुटीवर बसलंय ते अर्धवट उजेडात कळत नव्हतं. जणू स्वप्नांप्रमाणेच ट्रंका-पेट्यांचीही उलटापालट झाली होती. किंवा त्या स्वप्नातल्याच होत्या. हिरव्या मिणमिणत्या प्रकाशात त्या आहेत का नाहीत काही कळत नव्हतं.

अशा त्या अद्भूत रात्री, त्या विलक्षण, अनोळखी जगात एक आवाज आला, 'लवकर या. ह्या डब्यात जागा आहे.' तो आवाज मला गोड गाण्यासारखा वाटला. बंगाली मुलीच्या आवाजात बंगाली किती गोड वाटतं, मधुर वाटतं ते अवेळी, भलत्या ठिकाणी, अचानक कानावर पडल्यावर जाणवलं. एक बायकी आवाज म्हणून सोडून देण्यासारखा हा आवाज नव्हता. तो एक विलक्षण मानवी आवाज होता. असा आवाज मी पूर्वी कधीच ऐकला नव्हता.

पहिल्यापासून माणसाच्या आवाजालाच मी खरं मानत आलोय. माझी भिस्त आहे ती माणसाच्या आवाजावरच. रूपही महत्त्वाचं आहे. पण जे शब्दांत व्यक्त होत नाही त्या माणसाच्या अंतःकरणाचं खरं रूप म्हणजे आवाज. मी ताबडतोब खिडकी उघडून डोकावून पाहिलं. काही दिसलं नाही. दिसला फक्त

गार्डच्या हातातला एकाक्ष, हिरवा कंदिल. गाडी हलली. मी तसाच खिडकीजवळ बसून राहिलो. माझ्या नजरेसमोर कोणीच नव्हतं. पण मनात एक हृदय दिसू लागलं. ते त्या चांदण्यारात्रीसारखंच होतं. दिसत होतं पण धरता येत नव्हतं. अरे आवाजा, अनोळखी कंठातून निघालेल्या नादा, तू तर क्षणार्धात माझ्या चिरपरिचित आसनावर विराजमान झालास की! आश्चर्य! तू किती परिपूर्ण आहेस!' चंचल काळाच्या अधीर हृदयावर तो आवाज फुलासारखा उमलला होता. काळाची झुळूक त्याची पाकळीसुद्धा हलवू शकत नव्हती. त्याच्या अपरिमित कोमलतेवर यत्किंचित डाग पडत नव्हता.

लोह-मृदुंगावर ताल देत गाडी चालली होती. मी आतल्या आत गाणं ऐकत होतो. त्या गाण्याचं पालुपद होतं, 'जागा आहे.' होती का? जागा होती? जागा सापडत नव्हती. कोणीच कोणाला ओळखत नव्हतं. जी ओळख झाली होती ती धुक्यासारखी धूसर. सगळी माया! धुकं विरलं तर ओळख पटायला काय वेळ? हे सुधामय स्वरा, ज्या हृदयाचं तू अपरूप रूप आहेस ते मला चांगलं परिचित नाही का? जागा आहे म्हणालास ना? लवकर या म्हणून बोलावलंस ना? मग ताबडतोब आलो बघ! जरासुद्धा वेळ लावला नाही.

रात्री मला नीटशी झोप आली नाही. प्रत्येक स्टेशन आलं की खिडकीतून डोकावून पाहत होतो. भीती वाटत होती की जिला पाहयचं होतं, भेटायचं होतं ती रात्रीच कुठल्यातरी स्टेशनवर उतरून गेली तर?

दुसऱ्या दिवशी एका मोठ्या स्टेशनवर उतरलो. गाडी बदलायची होती इथं. आमची फर्स्ट-क्लासची तिकिटं असल्यानं गर्दीत चढावं लागणार नाही असं वाटत होतं. पण स्टेशनवर उतरल्यावर लक्षात आलं की सैन्याचे एक जनरल साहेब प्रवासाला निघाले होते. त्यांचा ऑर्डर्लि प्रचंड सामानसुमान घेऊन गाडीची वाट पाहत होता. दोन-तीन मिनिटांतच गाडी आली. फर्स्ट - क्लासची आशा सोडावी लागणार हे तर केव्हाच कळून चुकलं होतं. आईला घेऊन कुठं आणि कसं चढावं ह्याच विवंचनेत होतो. सगळ्याच डब्यांमध्ये गर्दी. प्रत्येक डब्यात डोकावून डोकावून जागा आहे का ते पाहत होता. तेवढ्यात सेकंडक्लासमधल्या एका मुलीचं माझ्याकडे लक्ष गेलं. 'आमच्या डब्यात या ना. लवकर. इथं जागा आहे.'

मी चमकलोच. तोच तो विलक्षण आवाज. आणि तेच ध्रुपद– 'जागा आहे.' क्षणाचाही विलंब न लावता आईला घेऊन डब्यात शिरलो. सामान आत घ्यायलाही मला जमलं नाही. गाडी सुटली. त्या मुलीनंच हमालाच्या डोक्यावरचं सामान पटकन् डब्यात ओढून घेतलं. माझ्यासारखा नेभळट अख्ख्या दुनियेत नसेल. माझा कॅमेरा प्लॅटफॉर्मवर पडला ते माझ्या लक्षातसुद्धा आलं नाही.

त्यानंतर... काय लिहावं सुचत नाही. माझ्या मनात एक अखंड आनंदाचं संपूर्ण चित्रच उभं राह्यलं. त्याची सुरुवात आणि शेवट कसा सांगता येईल? बसल्या बसल्या शब्द जुळवायलाही मनाला जमेना.

तो कालचा आवाज मी आता प्रत्यक्ष पाहात होतो. तो आवाज एक 'सूर' वाटला मला. आईकडे पाहिलं. ती त्या मुलीकडे एकटक पाहत होती. वय असेल सोळा-सतरा. पण नवयौवनानं तिच्यावर आपला भार मुळीसुद्धा लादला नव्हता. तिच्या हालचालीत सहजता होती. कांती कोवळी, निर्मळ होती. सौंदर्यातील शुचिता अपूर्व होती. तिच्यात नावालासुद्धा जडता नव्हती.

विस्तारानं लिहिणं मला जमत नाहीय. लक्षात आलंय ते माझ्या. तिनं कुठल्या रंगाची साडी नेसली होती ते मला सांगता येणार नाही. पण एवढं मात्र खरं की तिला झाकून तिची वेशभूषाच नजरेत भरावी अशी मुळीच नव्हती. चारचौघीत उठून दिसावी अशीच ती होती. निशिगंधाच्या तुऱ्यासारखी. तिच्याबरोबर दोन-तीन लहान मुली होत्या. त्यांच्याबरोबर सतत तिच्या गप्पागोष्टी, हसणं खिदळणं सुरू होतं. मी हातात पुस्तक घेतलं असलं तरी कान होते त्यांच्या बोलण्याकडे. कानावर पडत होतं ते अगदी बालिश होतं. त्यातली खुबी म्हणजे स्वत:चं वय विसरून ती त्या मुलींबरोबरची झाली होती. तेही अगदी सहजपणे. तिच्याजवळ गोष्टींची बरीच पुस्तकं होती. त्यातल्या एका पुस्तकातली गोष्ट तिनं वाचून दाखवावी म्हणून त्या लहान मुली तिच्या मागे लागल्या होत्या. ती गोष्ट त्यांनी वीस-पंचवीस वेळा नक्कीच ऐकली असेल. तरीही त्यांना ती तिच्याकडून पुन्हा ऐकायची होती. कारण तिच्या आवाजाच्या सोनेरी काठीचा स्पर्श होताच सर्व गोष्टीच सोन्याच्या होऊन जात असाव्यात. तिच्याकडून गोष्ट ऐकणं म्हणजे तिलाच ऐकणं. तिच्या हालचालीत जिवंतपणा होता. तनमनात उल्हास होता. तिच्या उत्साहाचा धबधबा त्या चिमुकल्यांच्या मनावर कोसळल्याशिवाय कसा राहील! तिच्यातल्या सळसळणाऱ्या चैतन्यानं माझ्या त्या दिवसाच्या सूर्यकिरणांना जिवंत केलं. माझ्या मनात आलं की मला वेढून राहिलेलं आकाश म्हणजे हिच्या सदोदित सळसळणाऱ्या, मलूल न होणाऱ्या चैतन्याचा विश्वव्यापी विस्तारच. पुढच्याच स्टेशनवर तिनं चणेचुरमुरे विकत घेतले आणि त्या लहान मुलींबरोबर, हसतखिदळत, कसलीही भीडभाड न बाळगता ती खायला लागली. माझ्याभोवती मात्र एक कुंपण होतं. मला खावंसं वाटत असताना मी का नाही तिच्याकडून चणेचुरमुरे मागून घेतले? हात पुढे करून मलाही ते हवेत असं हसत हसत का नाही कबूल केलं?

तिचं हे वागणं आईला आवडलं होतं की नाही कोण जाणे! मी त्या डब्यात एकटाच पुरुष असूनही तिला अजिबात संकोच वाटत नव्हता. ती हावरटासारखी खात होती. हे आईला आवडलं नसावं. पण ती निर्लज्ज आहे,

असं मात्र तिला वाटत नसावं. तिला वाटत असावं की हिचं वय वाढलंय पण हिच्यावर काही संस्कार झालेले दिसत नाहीत. माझी आई पटकन् कोणाशी बोलत नसे. माणसांपासून दूर राह्यचीच तिला सवय होती. त्या मुलीशी ओळख करून घ्यावी असं तिला वाटत होतं. पण स्वभाव आड येत होता.

गाडी एका मोठ्या स्टेशनवर येऊन थांबली. आधीच गाडीत चढलेल्या जनरलसाहेबांचे काही सहकारी ह्या स्टेशनवर चढणार होते. पण गाडीत जागा नव्हती. आमच्या डब्यासमोरून त्यांनी बऱ्याच वेळा फेऱ्या मारल्या. आईची तर भीतीनं घाबरगुंडीच उडाली. मीही अस्वस्थ झालो होतो.

गाडी सुटायला अगदी थोडा अवधी असताना रेल्वेचा एक देशी कर्मचारी आमच्या डब्यात शिरला. कोणाची तरी नावं लिहिलेल्या दोन स्लिप्स त्यानं आम्ही बसलेल्या दोन बाकांवर लटकवल्या आणि म्हणाला, 'हे दोन्ही बेन्च साहेबांनी आधीच रिझर्व केलेत. तुम्ही दुसऱ्या डब्यात जा.'

मी घाबरून ताडकन् उठलो. ती मुलगी मात्र त्या माणसाला हिंदीतून म्हणाली, 'नाही. आम्ही उतरणार नाही.'

तो माणूस तिच्याकडे रोखून पाहत म्हणाला, 'उतरावंच लागेल.'

पण ती मुलगी जागेवरून हलत नाही असं पाहताच तो गोऱ्या स्टेशन-मास्तरला घेऊन आला. तो गोरा स्टेशन-मास्तर मला म्हणाला, 'मला वाईट वाटतं, पण.....'

ते ऐकताच मी हमालाला हाक मारली. तेव्हा ती मुलगी उठली. तिचे डोळे आग ओकत होते. ती म्हणाली, 'नाही. तुम्ही अजिबात जागचे हलू नका. आहात तिथंच बसा.' ती दाराजवळ गेली आणि त्या स्टेशन-मास्तरला इंग्रजीत म्हणाली, 'हे बेंच रिझर्व आहेत हे अगदी खोटं.' तिनं त्या नावाच्या स्लिप्स फाडून फेकून दिल्या. इतक्यात ऑर्डर्लिला घेऊन युनिफॉर्ममधला साहेब तिथं आला. त्यानं सामान आत ठेवण्याची खूण करताच ती मुलगी दार अडवून उभी होती तशीच उभी राहिली. तिला पाहून आणि तिचं बोलणं ऐकून साहेब स्टेशन-मास्तरला घेऊन जरा बाजूला गेला. त्या दोघांचं काहीतरी बोलणं झालं. अखेर गाडीला उशीर होतोय असं दिसताच साहेबासाठी स्पेशल डबा जोडून गाडी पुढे निघाली. ती मुलगी पुन्हा त्या लहान मुलींबरोबर हसतखेळत चुरमुरे खायला लागली. आणि मी... मी शरमिंदा झालो होतो. तोंड चुकवण्यासाठी खिडकीबाहेरची शोभा पाहत असल्याचं नाटक करत होतो.

गाडी कानपूरला येताच त्या मुलीनं सामान आवरलं. गाडी थांबताच एक हिंदुस्तानी नोकर त्यांना शोधत धावत आला. त्यानं सामान उतरवलं. त्या लहान मुलींनाही उतरवून घेतलं. आता मात्र आईला राहवलं नाही. तिनं शेवटी विचारलंच,

'मुली, नाव काय ग तुझं?'

'कल्याणी.'

मी आणि आई दोघंही चपापलो.

'तुझे वडील?'

'इथं डॉक्टर आहेत. शंभुनाथ सेन.'

ती उतरून गेली.

उपसंहार

त्यानंतर मामाला न जुमानता, आईचं न ऐकता मी कानपूर गाठलं. कल्याणीला आणि तिच्या वडिलांना भेटलो, मान खाली घालून हात जोडले. शंभुनाथबाबू विरघळले. पण कल्याणी म्हणाली, 'मी लग्न करणार नाही.'

'का?'

'मातृ आज्ञा.'

अरे बाप रे! इथंही आईची आडकाठी! पण नंतर कळलं मातृ-आज्ञा म्हणजे मातृभूमीची आज्ञा. लग्न मोडल्यावर कल्याणीनं स्त्री-शिक्षणाचं व्रत घेतलं होतं.

पण मी आशा सोडली नाही. तिचा तो स्वर अजून माझ्या कानात घुमतोय. जणू पलीकडच्या तीरावरून वाजणारी बासरी. आपल्या जगाबाहेरची. समस्त जगाबाहेरची. रात्रीच्या अंधारात ऐकलेली. 'जागा आहे' हे शब्द माझ्या जीवनगाण्याचे ध्रुपद झालेत. तेव्हा होतो तेवीसचा. आता आहे सत्तावीसचा. अजून आशा सोडली नाही. मामाला मात्र सोडलं. मी लहान आहे म्हणून आईनं मला सोडलं नाही.

तुम्हाला काय वाटलं की मी लग्नाच्या आशेवर बसलोय. नाही. अजिबात नाही. मला आठवतोय तो त्या रात्रीचा मधुर स्वर 'जागा आहे.' त्याच्याच आशेवर जगतोय. जागा आहे? नक्कीच. नाहीतर राह्यचं कुठं? वर्षामागून वर्ष उलटली. पण मी आहे तिथं ठाम आहे. तिला भेटतो. तो मधुर स्वर ऐकतो. संधी मिळताच तिचं एखादं काम करतो. मन सांगतं, 'अरे, तुला तर जागा मिळाली!' हे अपरिचिते, तुझ्या परिचयाला शेवट नाही. नसतोच. माझं भाग्य म्हणून मला जागा मिळाली.

❑

तपस्विनी

वैशाख जवळ जवळ संपत आला होता. रात्रीच्या सुरुवातीला हवा कुंद झाली होती. वेळूचं पानसुद्धा हलत नव्हतं. डोकं धरल्यावर डोक्यात घणघण घाव बसावेत तशा चांदण्या लखलखत होत्या. तीनच्या सुमाराला मंद वारा वाह्यला लागला. उघड्या खिडकीखाली, जमिनीवरच षोडशी झोपली होती. कापडात गुंडाळलेली पत्र्याची पेटी हीच तिची उशी. ती मोठ्या उत्साहानं देहदंड सोसतेय हे सहज लक्षात येत होतं.

षोडशी रोज चार वाजता उठायची. स्नान उरकून देवघरात शिरायची. आन्हिक उरकता उरकता बराच वेळ व्हायचा. मग विद्यारत्नमोशाइ यायचे. तिथंच त्यांच्याजवळ बसून ती गीता ऐकायची. संस्कृतचे धडे घ्यायची. शंकरांचं वेदान्तभाष्य आणि पातंजलदर्शन हे ग्रंथ मुळातून वाचायचे असा तिचा निर्धार होता. षोडशीचं वय असेल तेवीस-एक.

घरकामापासून षोडशी बरीच अलिप्त होती. हे तिला कसं जमलं? त्याचीच तर आहे ही गोष्ट.

माखनबाबूंच्या नावाशी त्यांच्या स्वभावाचं अजिबात साम्य नव्हतं. त्यांनी एखादी गोष्ट मनाशी पक्की ठरवली की त्यांचं मन वळवणं महाकठीण! त्यांनी असं ठरवून टाकलं होतं की त्यांचा मुलगा वरदा हा जोपर्यंत बी.ए. होत नाही तोपर्यंत त्यानं बायकोपासून दूर राहवं. पण अभ्यास करून पास होणं वरदाच्या स्वभावातच नव्हतं. तो होता खुशालचेंडू. जीवनकुंजात मधुसंचय करण्याच्या बाबतीत त्याची मधमाशीशी तुलना करता आली असती. मात्र मध गोळा करण्यासाठी मधमाशीसारखे कष्ट करणं त्याला अजिबात शक्य नव्हतं. त्याला वाटलं होतं की लग्नानंतर मिशीला ताव देत तो आरामात बसून राहील आणि सदरेवर बसून सिगरेट फुंकण्याइतकी त्याची पत वाढेल. पण दुर्दैवानं त्याच्या लग्नानंतर त्याचं भलं करण्याची इच्छा त्याच्या बापाच्या मनात तीव्रतेनं जागी झाली.

शाळेत वरदाचे शिक्षक त्याला 'गौतममुनी' म्हणत. हे नाव त्याचं ब्रह्मतेज पाहून ठेवलं नव्हतं तर तो कुठल्याही प्रश्नाचं उत्तर देत नसे आणि चुकून उत्तर

दिल्यास त्यात नको तो 'गव्य' पदार्थ जास्त असे म्हणून ठेवलं होतं हे वेगळं सांगायला नकोच. एकंदर पाहता त्याला ठेवलेलं 'गौतम' हे नाव तो सार्थ करायचा.

माखनबाबूंनी हेडमास्तरांचा सल्ला घेतला. हेडमास्तरांच्या मते वरदाची गाडी पार करायची असेल तर शाळेत आणि घरीही म्हणजेच मागे-पुढे मास्तरांची भक्कम इंजिनं जोडायला हवी होती. माखनबाबूंनी हेडमास्तरांचा सल्ला मानला. 'ढ'तल्या 'ढ' विद्यार्थ्यांची नाव पैलथडीला लावणाऱ्या, नाणावलेल्या मास्तरांची ह्यासाठी निवड करण्यात आली. ते रात्री दहा साडेदहापर्यंत वरदाची सोबत करत. प्राचीन काळी सत्ययुगात एखादी सिद्धी प्राप्त करून घेण्यासाठी मोठमोठे तपस्वी घोर तपश्चर्या करत. पण ते अशी तपश्चर्या एकटेच करत. इथं वरदाबरोबर मास्तरही तपश्चर्या करत होते. त्यामुळेच ती सत्ययुगातील तपश्चर्येपेक्षा फारच तापदायक होती. कारण पूर्वीच्या तापसांना त्रास होत असे तो जठराग्नीचा. इथं परीक्षातापसाला सतत तोंड द्यावं लागत होतं ते क्रोधाग्नीला. त्यांनी वरदाला अगदी सतावून सोडलं होतं. एवढं सगळं करूनही वरदा परीक्षेत नापास झाला, तेव्हा दुःखात समाधान एकाच गोष्टीचं होतं की मी मी म्हणणाऱ्या मास्तरांची मान खाली गेली होती. वरदा नापास झाला तरी माखनबाबूंनी माघार घेतली नाही. पुढच्या वर्षासाठी त्यांनी आणखी काही मास्तरांची नेमणूक केली. त्यांनी मास्तरांना जास्त पगार द्यायचं तर कबूल केलंच शिवाय वरदा प्रथम श्रेणीत पास झाल्यास रोख बक्षिसाचं आमिष पण दाखवलं.

ह्या वेळीही वरदा नापासच व्हायचा पण पुढे येणाऱ्या अरिष्टाला अधिक वैचित्र्यपूर्ण, रसाळ बनवण्यासाठी परीक्षेच्या आदल्या रात्री जवळ राहत असलेल्या वैद्यांच्या सल्ल्यानं त्यानं जुलाबाच्या औषधाचा भला मोठा डोस घेतला. ह्या धन्वंतरीच्या कृपेनं नापास होण्यासाठी त्याला परीक्षेच्या हॉलपर्यंत जावंच लागलं नाही. घर बसल्याच ते कार्य सिद्धीस गेलं. वरदाचं हे दुखणं एखाद्या नावाजलेल्या नियतकालिकाप्रमाणे अगदी नेमक्या वेळेला आल्यानं माखनबाबू समजून चुकले की संपादकाच्या हस्तक्षेपाशिवाय हे घडणं शक्य नाही. तरीही त्यावर जास्त काहीही न बोलता त्यांनी वरदाला पुन्हा एकदा परीक्षेसाठी तयार राहण्यास सांगितलं. म्हणजेच वरदाची शिक्षा आणखी एक वर्षानं वाढली.

रागानं आकांडतांडव करून वरदा एक वेळ जेवला नाही. पण ह्याचा काहीही उपयोग झाला नाही. उलट रात्री त्याला जास्त जेवावं लागलं. वाघाला भ्यावं तसा तो वडिलांना घाबरायचा. तरीही धीर करून तो माखनबाबूंना म्हणाला, 'इथं राहून माझा अभ्यास होणार नाही.'

'मग कुठं राहून ही अशक्य गोष्ट शक्य होईल? बोल.'

'विलायतला.'

माखनबाबूंनी त्याला थोडक्यात समजवायचा प्रयत्न केला की भूगोलाच्या गोलकाचा त्यानं विचार न केलेला बरा. कारण एक गोळा त्यांचा मेंदूच आहे. हे वडिलांचं बोलणं ऐकूनही वरदा मागे हटला नाही. त्यानं आपली बाजू जोरदारपणे मांडताना एका वर्गबंधूचं उदाहरण दिलं. मागच्या बाकावर बसणारा हा मुलगा एका उडीत विलायतेला जाऊन एक मोठी परीक्षा पास होऊन आला होता म्हणे! माखनबाबू त्याला विलायतेला पाठवायला तयार झाले. पण त्यांची एक अट होती की त्यानं आधी बी. ए. पास व्हावं.

ही अट म्हणजे महाकठीण कर्म! जन्मताना वरदाला बी. ए. ची पदवी आड आली नव्हती. मरतानाही येणार नव्हती. मग मधल्या आयुष्यात हा बी. ए. चा विन्ध्य पर्वत कुठून उपटला? कोणतीही गोष्ट इरुनफिरून तिथंच येऊन कशी धडकते? कलियुगात अगस्त्य मुनी करताहेत तरी काय? का तेही जटा कापून बी.ए. च्या मागे लागलेत? एक उसासा टाकून वरदा म्हणाला, 'इन मिन तीन. आता मात्र शेवटचं.'

पेन्सिलच्या खुणा केलेली गाइड्स पुन्हा एकदा फळीवरून काढून, कमर कसून वरदा परीक्षेला सामोरं जाण्यासाठी तयार होत असतानाच त्याच्यावर झालेला आघात त्याला सहन झाला नाही. शाळेत जाण्यासाठी त्यानं त्याची नेहमीची घोडागाडी नोकराला आणायला सांगितली तेव्हा त्याला ती गाडी माखनबाबूंनी विकून टाकल्याचं कळलं. त्याला आता शाळेत चालत जावं लागणार होतं. हे काही फार अवघड किंवा कष्टाचं काम नव्हतं. पण लोकांच्या प्रश्नांना उत्तर देणं नक्कीच अवघड होतं. हा अपमान वरदाला कसा सहन होणार!

बराच विचार केल्यावर एका पहाटे त्याच्या डोक्यात आलं की बी.ए. ची परीक्षा चुकवण्यासाठी मरणाशिवाय आणखी एक मार्ग आहे. त्यासाठी पत्नी, पुत्र, धन, जन ह्यांची अजिबात आवश्यकता नाही. तो मार्ग म्हणजे संन्यास. ह्यानंतर काही दिवस सिगरेट फुंकत त्यानं बराच विचार केला आणि एके दिवशी घरातले लोक पाहतात तर वरदाच्या खोलीत परीक्षेच्या भग्नावशेषासारखा दिसणारा फाडलेल्या गाइड्सचा ढीग. पण ती गाइड्स वापरणारा मात्र बेपत्ता. टेबलावर फुटक्या ग्लासखाली एक चिटोरं — 'मी संन्यासी. मला गाडीची गरजच काय! — श्रीयुत वरदानंदस्वामी.

माखनबाबूंनी प्रथम वरदाच्या निघून जाण्याची फारशी दखलच घेतली नाही. त्यांनी विचार केला की गरज भागली नाही की येईल परत. पिंजऱ्याचा दरवाजा उघडा ठेवला म्हणजे पुरे. दार उघडचं राहिलं. फाटक्या पुस्तकांचा

कचराही उचलला गेला. बाकी मात्र होतं तसंच राहिलं. पाण्याच्या माठावर फुटका ग्लास तसाच उपडा घातलेला, तेलाच्या डागानं कळकटलेल्या चादरीवर ढेकणांचा संसार, चादरीची भोकं झाकण्यासाठी त्यावर जुना ॲटलास पसरलेला, एका मोठ्या पेटाऱ्यावर वरदाचं नाव रंगवलेली पत्र्याची पेटी, फळीवर फाटकी इंग्रजी-बंगाली डिक्शनरी, हरप्रसाद शास्त्रींच्या 'भारतवर्षाचा इतिहासा'ची काही पानं आणि मुखपृष्ठावर व्हिक्टोरिया राणीचं चित्र असलेल्या वह्या. त्या झटकल्या असत्या तर त्यातून विलायती नट्यांची चित्रं असलेली सिगरेटची पाकिटं पडली असती. संन्यासी होऊन जाताना वाटेत दिलासा मिळावं म्हणून वरदानं हे काही बरोबर नेलं नाही ह्यावरूनच त्याचं मन थाऱ्यावर नव्हतं हेच स्पष्ट होत होतं.

आमच्या नायकाची ही दशा! आणि आमची नायिका? षोडशी? तिनं नुकतंच तेराव्या वर्षात पाऊल टाकलं होतं. तिच्या माहेरी सगळे तिला 'खुकी'[१] म्हणत. सासरीही तिला सर्वजण ह्याच नावानं हाक मारत. म्हणूनच तिच्या तोंडावर वरदाला नाव ठेवण्यास नोकरचाकरही कमी करत नसत. सासू तर सदाच आजारी. त्यामुळे घरधन्याच्या विरुद्ध काही बोलणं तर सोडाच पण नुसता तसा विचार करण्याची तिची टाप नव्हती. आतेसासूचं बोलणं फार कडवट. जिव्हारी लागेल असं. त्यालाही एक कारण होतं. आत्याच्या आजोबांपासून ह्या घरातल्या मुलींचा कुलीन नरराक्षसांना बळी देण्याची प्रथा होती. ह्या आत्याच्या नशिबाला आला होता एक भयंकर गांजेकस. एक बरं की तो फार दिवस जगला नाही. म्हणूनच मायेनं ती षोडशीची तुलना चुकीच्या जागी पडून वाया गेलेल्या मुक्ताहाराशी करायची. तेव्हा षोडशीबद्दल ती दाखवत असलेला कळवळा हा फक्त षोडशीसाठीच नाही हे तो परमेश्वरही ओळखून असेल.

वाया गेलेल्या ह्या मुक्ताहारालाही भावना आहेत, त्यालाही वाईट वाटत असेल हे मात्र घरातले सगळेच विसरून गेले होते. आत्याबाई म्हणायच्या, 'त्या मास्तरांवर दादा एवढा खर्च कशाला करतोय कोण जाणे! मी लिहून देते की वरदा कधीही पास होणार नाही.'

वरदा पास होणं शक्य नाही, हे षोडशीलाही ठाऊक होतंच. तरीही ती मनापासून प्रार्थना करायची की कसंही करून तो पास होऊ दे आणि ह्या आत्याचं तोंड बंद होऊ दे.

वरदा एकदा नापास झाल्यावर माखनबाबूंनी पुन्हा जेव्हा मास्तरांना हाताशी धरून परीक्षेला तोंड देण्यासाठी व्यूह रचला तेव्हा आत्याबाई म्हणाल्या, 'दादाची धन्य आहे बाई! माणूस ठेच खाऊन शहाणा होतो. पण...'

हे ऐकून षोडशी रात्रंदिवस एका अशक्य गोष्टीचंच स्वप्न पाहायला लागली. ह्या परीक्षेच्या वेळी वरदामधील लुप्त शक्ती एकाएकी प्रकट व्हावी आणि

त्याच्यावर विश्वास न ठेवणाऱ्यांना त्यानं असा काही आश्चर्याचा धक्का द्यावा! त्यानं नुसतंच पहिल्या वर्गात पास होऊ नये तर पहिल्या क्रमांकाच्या आणखी... आणखी... खूप वर.... नंबर मिळवावा. मग हा विद्यार्थी आहे तरी कोण हे पाहण्यासाठी लाटसाहेब स्वार पाठवून त्याला भेटीला बोलावतील. पण असं स्वप्न षोडशी रंगवत असतानाच वैद्यांचं औषध परीक्षेवर एखाद्या बॉम्बसारखं येऊन पडलं. बरं! स्वप्न उद्ध्वस्त झालं तरी एकवेळ चाललं असतं पण परीक्षेच्या वेळी उपटलेल्या वरदाच्या आजाराबद्दल लोकांनी संशय घेणं म्हणजे फारच झालं! आत्याबाई म्हणाल्या, 'पोराला ही नाही पण ती बुद्धी बाकी बरी आहे हो!' लाटसाहेबाचं बोलावणं येणं तर दूरच, उलट षोडशीला मान खाली घालून सर्वांचं हसणं सहन करावं लागलं. तिलाही वरदाबद्दल संशय वाटलाच होता. नाही असं नाही.

त्यानंतर वरदा फरार झाला. षोडशीला वाटलं की आता तरी घरातल्यांना पश्चात्ताप होईल. पण वरदाच्या घरातून निघून जाण्यालाही घरातल्या कोणीच फारशी किंमत दिली नाही. सगळ्यांचंच म्हणणं की जातो कुठं! येईल झकत परत. षोडशी मनातल्या मनात म्हणाली, 'मुळीच असं होणार नाही. देवा, ह्या सगळ्याचं म्हणणं खोट ठरू दे. घरातल्यांना हाय हाय करायला लागू दे.'

ह्या वेळी मात्र देवानं षोडशीचं म्हणणं ऐकलं. तिची इच्छा पूर्ण केली. एक महिना उलटला तरी वरदाचा पत्ता नव्हता. घरातल्या कोणाच्याही तोंडावर काळजीचं सावट दिसत नव्हतं. दोन महिने उलटल्यावर माखनबाबू मनातून अस्वस्थ झाले पण वर त्यांनी तसं दाखवलं नाही. सुनेच्या नजरेला नजर भिडली की ते ओशाळे व्हायचे. आत्याबाईंचा चेहरा मात्र ज्येष्ठातल्या आकाशासारखा स्वच्छ, निर्विकार. सदरेवर कोणाची चाहूल लागली की षोडशी कावरीबावरी व्हायची. तिला वाटायचं की तिचा नवरा परत आला वाटतं! असं करत करत तीन महिने सरले तेव्हा 'पोरानं सगळ्यांच्याच जिवाला उगाचच घोर लावलाय' म्हणून आत्याबाईंनी तक्रार करायला सुरुवात केली. दुर्लक्ष करण्यापेक्षा राग परवडला. आता घरात हळूहळू भीती पसरायला लागली. वरदा निघून गेल्याचं वाईटही वाटायला लागलं घरातल्या सगळ्यांना. त्याची शोधाशोध सुरू झाली. जेव्हा वर्ष झालं तेव्हा 'माखन पोराशी फारच कडक वागला' असं आत्याबाईसुद्धा म्हणायला लागल्या. दोन वर्ष झाली तेव्हा शेजारीपाजारी म्हणायला लागले की मुलाचं शिक्षणात लक्ष नसेल पण एकंदरीत मुलगा भला होता. वरदा जाऊन जसजसा काळ लोटायला लागला तसतसे लोकांना त्याचे गुण दिसायला लागले. 'तो मनाचा निर्मळ होता. तंबाखूचंसुद्धा व्यसन नव्हतं वगैरे अंधविश्वास आजूबाजूच्या लोकांत पक्के रुजले. वरदाच्या शाळेतले मास्तर म्हणाले, 'त्याचं मन वैराग्याकडे

ओढ घेत होतं. हे ओळखूनच तर मी त्याला 'गौतममुनी' म्हणत असे.' हल्ली आत्याबाई रोज एकदा तरी त्यांच्या भावाच्या हट्टी स्वभावाला दोष द्यायच्या. म्हणायच्या, 'मी म्हणते, वरदाला एवढं शिकवायची गरजच काय! पैशाची कमतरता नव्हती. काहीही म्हणा, मला पोराचा काही दोष दिसत नाही. सोन्यासारखं पोर!' षोडशीला दु:खात सुख एवढंच होतं की आता सगळेच तिच्या नवऱ्याला गुणांचा पुतळा मानायला लागले होते आणि त्याच्यावर अन्याय झाल्याचंही कबूल करत होते.

बापाचं हृदयही घायाळ झालं होतं. वरदाच्या वाट्याला यायची ममता आता षोडशीच्या वाट्याला आली. आपल्या सुनेच्या सुखाचाच विचार माखनबाबू करत. तिला सुखी करण्यासाठी ते धडपडत. सुनेनं अशी एखादी अप्राप्य गोष्ट मागावी की ती मिळवण्यासाठी खूप कष्ट पडावेत, बरंच नुकसान सोसायला लागावं पण ती गोष्ट मिळताच सूनबाई मात्र एकदम खूष व्हावी असंच त्यांना वाटायचं. त्यांच्या दृष्टीनं त्यांनी केलेल्या अपराधाचं हेच प्रायश्चित्त होतं.

(२)

षोडशी पंधरा वर्षांची झाली. एकटं बसलं की तिचे डोळे वाह्यला लागायचे. नेहमीचं जग जणू तिचा गळा आवळायला लागायचं. तिला गुदमरल्यासारखं व्हायचं. तिला वाटायचं घरातली प्रत्येक वस्तू — अगदी व्हरांड्यातल्या कुंड्या किंवा व्हरांड्याचं रेलिंगसुद्धा — तिला छळायला टपलेय. खोलीच्या दाराची चौकट, कपाट, कॉट तिच्या आयुष्यातली पोकळी अधिक ठसठशीतपणे तिला जाणवून देत. त्यामुळे तिची चिडचिड व्हायची.

घरातली तिची एकमेव आवडती जागा म्हणजे खिडकी. तिथून दिसणारं बाहेरचं जग तिला जवळचं वाटायचं, आपलं वाटायचं. थोडक्यात काय, तर आपलं झालं होतं परकं आणि परकं झालं होतं आपलं.

एके दिवशीची गोष्ट. सकाळचा दहाचा सुमार असेल. स्वयंपाकघरातून भांड्यांचे आवाज येत होते. कामाची गडबड चालू होती. ह्या कोलाहलापासून बाजूला होऊन षोडशी खिडकीपाशी बसली होती. तिचं उदास, शून्यमनस्क मन उगाचच चारी दिशांना धावत सुटलं होतं. अचानक 'जय विश्वंभर' असं म्हणत त्यांच्या वाड्याच्या फाटकाजवळच्या वडामागून एक संन्यासी फाटकात येऊन उभा राहिला. वीणेच्या तारा छेडव्यात त्याप्रमाणे तिच्या देहातून आर्तता झंकारली. ती धावत येऊन आतेसासूला म्हणाली, 'आत्याबाई, त्या संन्यासीबुवांना जेवायला वाढा.'

बस! इथूनच झाली सुरुवात. संन्याशांची सेवा हेच षोडशीच्या जीवनाचं ध्येय झालं. एवढ्या दिवसानंतर सुनेची इच्छा पुरवायची संधी सासरेबुवांना मिळाली. माखनबाबू मोठ्या उत्साहानं म्हणाले, 'वाड्यात एक अतिथिगृहच बांधू या.' काही वर्षांपासून माखनबाबूंची मिळकत कमी झाली होती. पण ह्या सत्कार्यासाठी त्यांनी बारा टक्के व्याजानं कर्ज काढलं.

संन्याशांची कमतरता नव्हतीच. येणाऱ्यातले बरेच भोंदू असत. माखनबाबू हे ओळखून होते. पण सूनबाईला हे सांगायचं कसं! जेव्हा हे जटाधारी जेवण किंवा आराम त्यांच्या मनासारखा झाला नाही की शिव्याशाप देत तेव्हा माखनबाबूंना त्यांची मानगूट धरून त्यांना घराबाहेर काढावंसं वाटायचं. पण षोडशीकडे पाहून ते राग गिळायचे आणि त्या जटाधारींचे पाय धरायचे. हेच होतं त्यांचं कठोर प्रायश्चित्त!

एखादा संन्यासी येताच आत्याबाई त्याला अंत:पुरात बोलावून घेऊन त्याची विचारपूस करत तेव्हा षोडशी दाराआड उभं राहून त्यांचं बोलणं ऐकायची, त्या संन्याशाला निरखायची. एवढी काळजी घेण्याचं कारण म्हणजे एखाद्या भलत्याच संन्याशानं तिला 'मा' म्हणून हाक मारू नये. ही भीती तिला का वाटायची कोण जाणे! षोडशीपाशी वरदाचा लहानपणीचा फोटो होता. त्या फोटोतल्या वरदाला कल्पनेनंच दाढी-मिशा, जटा, भस्म वगैरे लावून ती त्याचं सध्याचं रूप मनाशी रंगवायची. हे कितपत जमायचं कोण जाणे! पण तिचा प्रयत्न ती सोडायची नाही. घरी आलेल्या संन्याशात तिला कधी थोडाफार वरदाचा भास व्हायचा. उगाच कुठं सारखेपणा दिसायचा. पण मग लगेच लक्षात यायचं की ह्या संन्याशाचा आवाज वरदापेक्षा खूपच वेगळा आहे, नाकाची ठेवण निराळी आहे वगैरे.

अशा तऱ्हेनं संन्याशांच्यामार्फत जगाची ओळख ती घराच्या कोपऱ्यात बसून करून घेत असे. तिचं सुख ह्यातच होतं. ह्या ओळखीतूनच तिला सापडायचा तिचा पती. तिच्या जीवनयौवनाची परिपूर्णता. संन्याशांच्या सेवेनंच ती दिवसाची सुरुवात करायची. पूर्वी ती कधीच स्वयंपाकघराकडे फिरकायची नाही. हल्ली मात्र स्वयंपाक करण्यात तिला आनंद वाटायचा. तिच्या मनात आशेचा दिवा अखंड तेवत असायचा. रोज रात्री अंथरूणाला पाठ लावताना तिला वाटायचं की उद्या कदाचित माझा अतिथी दारात येऊन उभा राहील. ब्रह्मानं जसं तिलोत्तमेला घडवलं तसंच संन्याशांजवळच्या उत्तम गोष्टींचा आधार घेऊन ती वरदाची मूर्ती तिच्या मनात घडवत होती. कसा असेल तिचा पती? पावित्र्य त्याचा स्वभावगुण असेल, त्याचा देह तेज:पुंज असेल, त्याचं ज्ञान खूपच सखोल असेल, तपस्या कठोर असेल. अशा संन्याशाकडे दुर्लक्ष करण्याचं धाडस कोणी करणं शक्य

होतं का? एवढ्या सगळया संन्याशांच्या सेवेतून ह्या एकाचीच तर खरी पूजा होत होती आणि मुख्य पुजारी होते खुद्द सासरेच. मग ह्याहून मोठा सन्मान कोणता!

पण असाही दिवस उगवे की एकही संन्यासी षोडशीच्या घरी येत नसे. तेव्हा मात्र रिकामा वेळ षोडशीला खायला उठायचा. पण ह्यावरही तिनं उपाय शोधून काढला. घरीच तिनं संन्यस्त धर्माची साधना सुरू केली. तिनं जमिनीवर एक कांबळं अंथरून त्यावर झोपायला सुरुवात केली. एकभुक्त राह्यला लागली. जे जेवायची त्यातही कंदमुळं, फळंच बहुधा असायची. अंगावर भगवं रेशमी वस्त्र. पण सधवेचं चिन्ह म्हणून रुंद लाल काठ आणि पतिव्रतेची निशाणी म्हणून भांगात सिंदूर. ह्याशिवाय सासऱ्यांना सांगून तिनं संस्कृत शिकण्याची व्यवस्था करून घेतली. 'मुग्धबोध' पाठ करायला तिला फारसा वेळ लागला नाही. गुरूजी म्हणाले, 'ह्यालाच म्हणतात पूर्वजन्मीची विद्या'. षोडशीच्या मनानं घेतलं की जेवढं आपण मनानं शुद्ध, पवित्र होऊ तेवढं आपल्या अंतरंगाचं आपल्या संन्याशाच्या अंतरंगाशी संपूर्ण मीलन होईल. तिची तपस्या पाहून आजूबाजूचे लोक वाहवा करायला लागले. एका संन्याशाच्या साध्वी स्त्रीच्या पायाची धूळ आणि आशीर्वाद घेण्यासाठी लोक गर्दी करायला लागले. एवढंच नाही तर फटकळ आत्याबाईही तिला घाबरायला लागल्या.

एवढं सगळं घडूनही षोडशी स्वत:चं मन ओळखून होती. तिच्या मनाचा रंग तिच्या कपड्यांच्या रंगाबरोबर पालटला नव्हता. आजची गोष्ट घ्या ना! सकाळचा थंड वारा तिला कोणा एकाच्या गोड कुजबुजीसारखा वाटला होता. तिला तर उठावसंचं वाटत नव्हतं. बळेबळेच उठून ती कामाला लागली होती. खरं तर खिडकीशी बसून मनाच्या दिगंतातून येणारे बासरीचे सूर ऐकावेसे वाटत होते तिला. असंच व्हायचं कधी कधी. मन फारच उत्तेजित व्हायचं. उन्हात चमकणाऱ्या नारळाच्या झावळ्या जणू तिच्याशी गप्पा मारायला लागायच्या. मग गुरूजी गीता वाचून अर्थ सांगत त्याकडे तिचं लक्षच नसायचं. अंगणातल्या पाचोळ्यावरून धावणाऱ्या खारीची खसखस, आकाशातून येणारी आणि मनाला भिडणारी घारीची शीळ, तळ्याच्या काठावरून जाताना बैलगाडीचा उदास करणारा खडखडाट तिला उगाचच कासावीस करून टाकायचा.हे काही वैराग्याचं लक्षण नव्हतं.! बाहेरचं हे जग चैतन्यानं सळसळणारं. हे चैतन्य म्हणजे पितामह ब्रह्माच्या उष्ण रक्तातून निघून आकाश व्यापून राहिलेलं आदिम बाष्प– ब्रह्माच्या चतुर्मुखातून वेदवेदांत उच्चारित होण्यापूर्वीची ही निर्मिती. ह्याच्या रंग-गंध-नादाशी जखडलेत समस्त प्राणिमात्र. हे भिनलंय समस्त सृष्टीच्या रोमारोमात. ह्याच्या लहानमोठ्या हजारो दूतांना प्रत्येक जीवाच्या हृदयरूपी खासमहालाची

गुप्त वाट ठाऊक असते. षोडशी आपल्या कडक नेमधर्माच्या कुंपणानं ती वाट बंद करू शकली नव्हती. ह्याचाच अर्थ भगवा रंग अधिक गडद करण्याची आवश्यकता होती. षोडशीनं गुरूजींपाशी योग शिकण्याचा हट्ट धरला. गुरूजी म्हणाले, 'बाळे, तुला योगाची गरजच काय! सिद्धी तर पिकलेल्या आवळ्याप्रमाणे अगदी सहजपणे तुला प्राप्त झालीय.'

लोक षोडशीनं कमावलेल्या पुण्याईबद्दल आश्चर्य व्यक्त करत. त्यामुळे तिला स्तुतीची नशा चढली होती. इतके दिवस घरातले नोकरचाकर, दासदासी तिच्याकडे दयेच्या नजरेनं बघत. तेच आता तिला 'पुण्यवान' म्हणून मान द्यायला लागले. तेव्हा फार दिवसांपासून मान-सन्मानासाठी भुकेलेलं तिचं मन शांत झालं. मनातून कळत असूनही तिला सिद्धी प्राप्त झालीय हे अमान्य करायला तिचं मन तयार नसल्यानं ती गप्प बसत असे.

एके दिवशी माखनबाबूंना तिनं विचारलं, 'बाबा, प्राणायाम मी कुणाकडून शिकावा?'

'तो नाही शिकलीस तरी काही बिघडणार नाही, पोरी. तू जिथपर्यंत पोहोचलीयस तिथपर्यंत तरी कितीजण पोहोचतात बरं?'

ते खरं! पण प्राणायाम शिकायलाच हवा. त्यांचं दुर्दैवही असं की शिकवायला माणूसही मिळाला. माखनबाबूंना वाटत होतं की हल्लीचे सगळे बंगाली त्यांच्यासारखेच असतील– खाणपिणं, आराम करणं आणि निंदानालस्ती करणं ह्या शिवाय जगात दुसरं काही करण्यासारखं नाहीच असेच मानणारे. परंतु कारणपरत्वे तपास केल्यावर त्यांना कळलं की बंगालमध्ये काही वेगळीही माणसं आहेत. त्यातल्याच एकानं खुलना जिल्ह्यातल्या भैरव नदीकाठी खरंखुरं नैमिषारण्य अस्तित्वात असल्याचा शोध लावला होता. हा शोध खरा असल्याचा पुरावा म्हणजे स्वत: सरस्वतीनं कृष्णप्रतिपदेला भल्या पहाटे स्वप्नात येऊन त्या शोध लावणाऱ्या गृहस्थाला दृष्टान्त दिला होता. सरस्वती नेहमीच्या रूपात आली असती तर शंका घ्यायला जागा होती. पण देवाची लीला अगाध! ती आली टकाचोर पक्ष्याच्या रूपात. ह्या पक्ष्याच्या शेपटीला फक्त तीन पिसं होती. एक पांढरं, एक हिरवं आणि मधलं विटकरी. ही पिसं सत्त्व-रज-तम, ऋक्-यजु-साम, उत्पत्ती-अस्तित्व-प्रलय, काल-आज-उद्या वगैरे त्रिपदाच्या रहस्याची निदर्शक होती ह्यात शंकाच नव्हती. तेव्हापासून इथं योगी तयार व्हायला लागले होते. दोन एम. एस्सी. चे विद्यार्थी इथं योगसाधना करत होते. एका सब-जज्जनं आपलं पेन्शन ह्या नैमिषारण्य फंडाला दिलं होतंच, शिवाय आपल्या अनाथ भाचीला येथील योगी ब्रह्मचाऱ्यांच्या सेवेला अर्पण करून फार मोठी मन:शांती मिळवली होती.

ह्याच नैमिषारण्यातून षोडशीसाठी योग-शिक्षक मिळाला. पण त्यासाठी माखनबाबूंना नैमिषारण्य कमिटीचा गृहस्थ-सदस्य व्हावं लागलं. गृहस्थ-सदस्याला कर्तव्य म्हणून स्वतःच्या मिळकतीतील एक षष्ठांश भाग संन्यासी सदस्यांच्या भरणपोषणासाठी दान करावा लागत असे. गृहस्थ-सदस्याच्या श्रद्धेनुसार ही दानाची रक्कम थर्मामीटरच्या पाऱ्याप्रमाणे खाली-वर होत असे. दानाच्या रकमेचा हिशेब करताना माखनबाबूंचीही गडबड व्हायला लागली. रकमेचा आकडा खाली सरकायला लागला. त्यामुळे नैमिषारण्याचं जे नुकसान होत होतं त्याची भरपाई षोडशी करत होती. तिच्या दागिन्यांपैकी आता तिच्यापाशी फारच थोडे उरले होते. तिला मिळणाऱ्या हातखर्चाच्या पैशांनीही दागिन्यांचंच अनुकरण केलं.

घरचे डॉक्टर एकदा म्हणालेसुद्धा, 'माखनदा, अहो, हे चाललंय तरी काय! अशानं ही पोर काही फार दिवस जगणार नाही!'

'मी तरी काय करू? तुम्हीच सांगा ना, डॉक्टर!'

षोडशीला काही सांगण्याचा धीर माखनबाबूंना होत नसे. फक्त एकदाच अत्यंत नरमाईच्या सुरात ते म्हणाले, 'पोरी, अशा कडक व्रतांनी तुझी तब्येत बिघडणार नाही का?' त्याचं बोलणं ऐकून षोडशी हळूच हसली. त्या हसण्याचा अर्थ होता, 'अशी काळजी फक्त संसारात गुरफटलेली माणसंच करू जाणे!''

(३)

वरदा जाऊन आता बारा वर्षं झाली होती. षोडशी पंचविशीत पोहोचली होती. एक दिवस षोडशीनं तिच्या योगाच्या शिक्षकांना विचारलं, 'बाबा, माझे पती जिवंत आहेत की नाही ते कसं कळावं?'

योगी साधारण दहा मिनिटं डोळे मिटून गप्प बसला. मग डोळे उघडून म्हणाला, 'जिवंत आहे.'

'कसं कळलं आपल्याला?'

'ते आताच नाही कळणार तुला. एवढं खरं की एक बाई असून तू एवढी साधना करू शकतेस ती केवळ तुझ्या पतीच्या तपोबळावरच. त्यानं तो जिथं आहे तिथूनच सहधर्मचारिणी म्हणून तुझा स्वीकार केलाय.'

हे ऐकून षोडशीचं तनमन पुलकित झालं. ती स्वतःबद्दल विचार करायला लागली तेव्हा तिला वाटलं हे अगदी शिव-पार्वतीसारखंच नाही का? शिव तपस्या करत असताना पार्वती कमलबीजाची माला जपत त्याची वाट बघत होती ना! षोडशीनं विचारलं, 'ते कुठं आहेत हे कळू शकेल का?'

योगी हळूच हसला आणि म्हणाला, 'एक आरसा घेऊन ये.'

तिनं आरसा आणला आणि योग्याच्या सांगण्याप्रमाणे ती निरखून निरखून आरशात पाह्यला लागली. अर्ध्या तासानं योग्यानं विचारलं, 'काही दिसलं?'

षोडशी चाचरत म्हणाली, 'हो. काहीतरी दिसल्यासारखं वाटलं खरं! पण काय ते नाही समजत.'

'पांढरं काही दिसलं?'

'हो. पांढरंच.'

'पर्वतावरच्या बर्फासारखं?'

'हो. तेच असावं. मी कधी पर्वत पाहिलेला नाही ना म्हणून नीटसं कळलं नाही.'

अशा विचित्र प्रश्नोत्तरातून सिद्ध झालं की वरदा हिमालयातील अतिशय दुर्गम अशा लंगचु पर्वताच्या बर्फाच्छादित शिखरावर उघडा बसलाय, तिथून त्याच्या तपस्येचं तेज षोडशीला स्पर्श करतेय. हे नवलच नाही का?

त्या दिवशी एकटीच बसली असताना षोडशी केवढी थरारली! तिच्या पतीच्या तपस्येच्या बळानं तिला रात्रंदिवस घेरलं होतं. पती जवळ असणाऱ्यांच्या आयुष्यात मधून मधून विरह घडतो. पण षोडशीच्या आयुष्यात असं कधी घडणं शक्यच नव्हतं. आनंदानं तिचं मन भरून गेलं. तपश्चर्या आणखी कठोर करण्याचं तिनं ठरवलं. एवढे दिवस पौषात जे कांबळं ती पांघरायची तेही तिनं फेकून दिलं. तिच्या अंगावर सर्रकन काटा आला. तिला वाटलं की लंगचु पर्वतावरचा वाराच तिच्या देहाला स्पर्श करतोय. हात जोडून डोळे मिटून ती बसली तेव्हा तिचे डोळे वाह्यला लागले.

त्याच दिवशीच्या दुपारची गोष्ट. जेवणखाण आटोपल्यावर माखनबाबूंनी षोडशीला आपल्या खोलीत बोलावून घेतलं आणि अतिशय संकोचानं ते तिला म्हणाले, 'पोरी, इतके दिवस तुला काही बोललो नाही. बोलावं लागेल असं वाटलं नव्हतं. पण आता न सांगून चालण्यासारखं नाही. म्हणूनच सांगतोय. आपल्या मिळकतीपेक्षा देणं खूपच जास्त झालंय. घरावर कधीही टाच येऊ शकते.'

षोडशीचा चेहरा आनंदानं उजळला. हे आपल्या पतीचंच सामर्थ्य असल्याबद्दल तिला मुळीच शंका राहिली नाही. त्यानं तिला पूर्णपणे सहधर्मचारिणी मानली होती तर! जी काही ऐहिक संपत्तीची बाधा मध्ये होती तीही त्यानं मिटवून टाकलेली दिसतेय. नुसती उत्तरेची हवा म्हणजेच त्याचा स्पर्श नाही. हे कर्जही त्याच्या स्पर्शाचाच भाग आहे. ती हसतमुखानं म्हणाली, 'घाबरायचं कशाला, बाबा?'

'अग, आपण जायचं कुठं?'

'नैमिषारण्यात राहू झोपडी बांधून.'

हिच्याबरोबर पैशाअडक्याबाबत बोलण्यात अर्थ नाही हे माखनबाबूंना कळून चुकलं. ते बाहेर येऊन हुक्का ओढायला लागले.

तेवढ्यातच एक मोटर दारात येऊन थांबली. तिच्यातून एक साहेबी पोशाख केलेला तरुण जवळजवळ उडी मारूनच उतरला आणि माखनबाबूंना त्यानं केला न केलासा नमस्कार करून विचारलं, 'ओळखलं का?'

'हे काय रे! वरदा ना?'

वरदा नाविकदलात भरती होऊन अमेरिकेला गेला होता. आज बारा वर्षांनी एका वॉशिंग मशीन कंपनीचा फिरता एजन्ट होऊन तो परतला होता. तो म्हणाला, 'तुम्हाला वॉशिंग मशीन हवं असेल तर अगदी स्वस्तात मिळवून देतो.' असं म्हणत कंपनीचा रंगीत कॅटलॉग काढून त्यानं वडिलांपुढे धरला.

❑

---

१. खुकी – लहान मुलगी. लाडानं हाक मारताना 'खुकी' म्हणतात.

त्याग

फाल्गुनातील पौर्णिमा. वसंताची चाहूल लागली होती. आंब्याच्या मोहोराचा दरवळ मंद वाऱ्याबरोबर घमघमत होता. पुष्करणीजवळ एक जुनं लिचीचं झाड. त्याच्या पानांच्या दाटीतून पपीहानं सूर धरला होता. मुखोपाध्यायांच्या वाड्यातील एका झोपायच्या खोलीत झोपेचं नावनिशाण नव्हतं. तिथं तर हा आवाज अगदी स्पष्ट ऐकू येत होता.

हेमंत लाडिकपणे कधी कुसुमच्या अंबाड्यातून बाहेर आलेल्या केसांशी खेळत होता तर कधी तिच्या हातातल्या बांगड्यांशी. तिच्या गजऱ्यातली फुलं काढून मधूनच तो तिच्या तोंडावर फिरवत होता. संध्याकाळी स्तब्ध असलेल्या झाडाला चाळवण्यासाठी वारा जसा लडिवाळपणा करतो तसाच लडिवाळपणा हेमंत करत होता.

पण चंद्रप्रकाशात न्हाऊन निघालेल्या रात्री कुसुम मात्र शून्यात नजर लावून अगदी निमूट बसली होती. हेमंताचं आर्जव तिला स्पर्शून, तिच्याकडून काहीच प्रत्युत्तर न मिळाल्यानं दुखावून परतून जात होतं. अखेर न राहून हेमंतानं तिचे दोन्ही हात हातात घेऊन जोरानं हलवले. 'कुसुम, आहेस कुठं तू! तुला दुर्बिणीतून पाहिलं तरी ठिपक्यासारखी दिसशील एवढी दूर गेलीयस तू. माझ्याजवळ ये ना! बघ. किती मस्त रात्र आहे!'

कुसुमनं शून्यात खिळलेली नजर हेमंताकडे वळवली. 'हा वसंत, वसंतातली ही सुंदर रात्र क्षणात भकास वाटायला लावणारा एक मंत्र आहे माझ्यापाशी.' 'असेल तर तो तसाच राहू दे. उलट एका आठवड्यात तीन-चार रविवार येतील किंवा रात्र दुसऱ्या दिवशीच्या संध्याकाळपर्यंत टिकून राहील असा एखादा मंत्र असेल तुझ्याकडे तर तो मात्र ऐकायला मी तयार आहे.' असं म्हणून त्यानं कुसुमला आणखी जवळ ओढण्याचा प्रयत्न केला. पण कुसुम दूर सरली. 'मी मरताना तुम्हाला जे सांगणार होते ते आजच सांगावं असं वाटतंय मला. मग तुम्ही मला काहीही शिक्षा केलीत तरी काही बोलणार नाही मी.'

'शिक्षा' हा शब्द ऐकताच जयदेवाचा एक श्लोक ऐकवून तिची चेष्टा करण्याच्या बेतात हेमंत असतानाच बाहेर पायांचा आवाज झाला. त्या आवाजावरून त्याच्या खोलीच्या दारापाशी येणारी व्यक्ती खूप रागावलेली आहे हे लक्षात येत

होतं. हा आवाज आपल्या वडिलांच्या पायांचा आहे हे हेमंतानं तात्काळ ओळखलं आणि तो बुचकळ्यात पडला.

हरिहर मुखोपाध्याय दाराजवळ येऊन रागानंच ओरडले, 'हेमंत, सूनबाईला आताच्या आता घराबाहेर काढ.'

हेमंतानं कुसुमकडे पाहिलं. तिच्या चेहेऱ्यावर लवमात्र आश्चर्य नव्हतं. पण दोन्ही हातांनी स्वतःचा चेहरा झाकून सर्वशक्तिनिशी, प्रयत्नपूर्वक ती स्वतःला लपवू पाहत होती. अजूनही पपीहा ओरडतच होता. पण आता त्याकडे कुणाचंच लक्ष नव्हतं. एवढ्या सुंदर जगातील सुंदर रात्रीची पार वाट लागली होती.

हेमंत बाहेर गेला. बऱ्याच वेळानं तो परत खोलीत आला आणि आल्याआल्याच त्यानं विचारलं, 'हे खरं आहे?'

'हो.'

'मग एवढे दिवस का नाही सांगितलंस?'

'मी बऱ्याच वेळा सांगण्याचा प्रयत्न केला पण नाही जमलं. मी पापी आहे.'

'मग आज सगळं मनमोकळेपणानं सांगून टाक.'

कुसुमनं सगळी हकिकत सांगितली. तिच्या आवाजात निग्रह होता. जणू काही खंबीरपणे ती आगीतूनच चालत गेली. ती किती होरपळली ते समजणं अवघड होतं. तिची हकिकत ऐकताच हेमंत तिथून निघून गेला.

तो आता पुन्हा परत येणं शक्य नाही, हे कुसुम समजून चुकली. तिला त्याच्या ह्या वागणुकीचं अजिबात नवल वाटलं नाही. जणू हा अगदी नेहमीचा सामान्य प्रसंग होता. तिचं मन अगदी निर्विकार झालं होतं. फक्त एकच गोष्ट तिच्या मनाला ओझरती चाटून गेली. ती म्हणजे हे जग, ह्या जगातलं हे प्रेम सगळं सगळं अगदी खोटं आहे. एवढंच नाही तर हेमंताचं प्रेमळ बोलणं आठवताच तिच्या ओठावर कोरड्या हास्याची पुसटशी झलक उमटून गेली आणि एखाद्या धारदार सुरीच्या वाराप्रमाणे तिनं तिचं काळीज रक्तबंबाळ केलं. प्रेमाबद्दल केवढं बोललं जातं! किती श्रद्धा! किती निष्ठा! किती गांभीर्य! प्रेमातला क्षणिक विरहही किती दुःखदायक! आणि क्षणभराचं मिलन? अहा! किती आनंदाचं! प्रेमाला ना अंत ना सीमा. ते चिरकाल टिकणारं. जन्मजन्मांतरीही नाहीसं न होणारं. असं प्रेम आयुष्यातील एवढ्या क्षुल्लक गोष्टीवर अवलंबून असतं? हे असीम प्रेम समाजाच्या एका आघातासरशी चक्काचूर होतं? मातीमोल होऊ शकतं? हेमंत थोड्या वेळापूर्वीच ह्या रात्रीला 'मस्त' म्हणाला होता ना? ती रात्र अजून सरलीसुद्धा नाही. अजून पपीहा गातोय, दक्षिणेचा वारा मच्छरदाणीला हेलकावे देतोय आणि एखाद्या सुखश्रांत रमणीप्रमाणे खिडकीजवळच्या पलंगाच्या

टोकाला चांदणं गुंगून पडलंय. सगळंच खोटं. हे प्रेम तर माझ्यापेक्षा खोटारडं, फसवं. तिच्या मनात असंच येऊन गेलं असावं.

दुसऱ्या दिवशी सकाळीच हेमंत वेड्यासारखा धावत सुटला प्यारीशंकर घोषालांकडे. त्यानं रात्र जागून काढली होती हे त्याच्या चेहेऱ्यावर स्पष्ट दिसत होतं. प्यारीशंकरनं शहाजोगपणे विचारलं, 'काय बापू, काय म्हणताय?'

हेमंत भलताच भडकला होता. रागानं त्याचा आवाज कापत होता. 'तुमच्यामुळे आम्ही जातीला मुकलो. आमचा बट्ट्याबोळ केलात तुम्ही. तुम्हाला ह्याची शिक्षा भोगावी लागेल.' बोलता बोलता त्याला भरून आलं.

प्यारीशंकर कुत्सितपणे हसून म्हणाला, 'आणि तुम्ही आमची जात वाचवलीत ना! आम्हाला लोकांतून उठवलं नाहीत. हो की नाही? आम्हाला पाठिंबा दिलात. पाठीशी घातलंत. तुम्हाला आमचं किती प्रेम! किती काळजी!'

हेमंतला वाटलं की ह्याच क्षणी ब्रह्मतेजानं प्यारीशंकरचं भस्म करून टाकावं. पण झालं उलटंच. तोच आतल्या आत जळायला लागला. आणि तो प्यारीशंकर? तो अगदी शांत होता. हेमंतानं फाटक्या आवाजात विचारलं, 'मी तुमचं काय वाईट केलं होतं?'

प्यारीशंकर म्हणाला, 'मीच विचारायला पाहिजे की माझ्या एकुलत्या एका मुलीनं तुझ्या बापाचा काय गुन्हा केला होता? मला तेवढी एकच मुलगी. तू तेव्हा लहान होतास. तुला ही गोष्ट कदाचित माहीत नसेल. तेव्हा लक्ष देऊन ऐक. उतावीळ होऊ नकोस. बरंच मोठं रहस्य दडलंय ह्यात.'

''माझा जावई नवकांत. त्यानं माझ्या मुलीचेच दागिने चोरले आणि पळून गेला विलायतेला. तेव्हा तू अगदी लहान होतास. त्यानंतर पाच-एक वर्षांनी नवकांत बॅरिस्टर होऊन परत आला. तो परत येताच गावात जो काही गोंधळ झाला म्हणून सांगू! तुला थोडंफार आठवतही असेल किंवा शिकण्यासाठी तू कलकत्त्याला गेला असशील म्हणून इथं काय घडलं त्याची तुला कल्पनाही नसेल. तेव्हा तुझा बाप गावचा प्रमुख ह्या नात्यानं काय म्हणाला होता माहीत आहे? 'मुलीला तिच्या नवऱ्याकडे पाठवणार असाल तर तिनं पुन्हा कधीही तुमच्या घरात पाय ठेवता कामा नये.' मी हातापाया पडलो. म्हणालो, 'दादा, एक वेळ माफ करा. मी जावयाला शेण खायला लावून प्रायश्चित्त घ्यायला लावतो. तुम्ही त्याला पुन्हा जातीत घ्या.' पण तुझा बाप राजी झाला नाही. मीही माझ्या एकुलत्या एका पोरीला सोडून देऊ शकलो नाही. जातीला मुकलो. गाव सोडून कलकत्त्याला जाऊन राहिलो. पण तिथंही दुर्दैवानं पाठ सोडली नाही. माझ्या पुतण्याचं लग्न अगदी ऐन वेळेला मोडलं. तुझ्या बापानं मुलीकडच्यांना फितवलं. मग मात्र मी पणच केला. ह्याचा बदला घेतला नाही तर मी ब्राह्मणाचा

नव्हेच. आता तुझ्या बरंचसं लक्षात आलं असेल. पण अजून जरा थांब. सगळं ऐकलंस तर एकदम खूष होशील. पुढेच तर खरी गमंत आहे.''

''तू कॉलेजात असताना जिथं राहत होतास त्याच्या पलीकडेच विप्रदास चट्टोपाध्यायाचं घर होतं. आता ते हयात नाहीत बिचारे! त्यांच्याकडे एक मुलगी आश्रित म्हणून राहात होती. तीच कुसुम. बिचारी बालविधवा होती. जातीनं कायस्थ. अनाथ पोर. फारच देखणी. पण हे काय मी सांगायला पाहिजे? कॉलेजच्या मुलांच्या नजेरला ती पडेल म्हणून म्हाताऱ्या विप्रसादाला फार काळजी वाटायची. पण त्या म्हाताऱ्याला फसवणं त्या मुलीला मुळीच कठीण नव्हतं. ती कपडे वाळत घालण्याच्या निमित्तानं गच्चीत जायची आणि तुझाही गच्चीत गेल्याशिवाय अभ्यास होत नसे. तुम्ही एकमेकांशी बोलायचात की नाही ते तुमचं तुम्हालाच माहीत. पण कुसुमचं एकंदर वागणं पाहून म्हाताऱ्याला संशय आला. कारण रोजच्या कामातून तिचं लक्ष उडालं. चुका व्हायला लागल्या. दिवसचे दिवस ती न खातापिता एखाद्या तपस्विनीप्रमाणे राह्यला लागली. एके दिवशी तर काही कारण नसताना म्हाताऱ्यासमोरच तिचे डोळे गळायला लागले. अखेर म्हाताऱ्याच्या लक्षात आलंच की गच्चीतून तुमची नजरभेट होते. एवढंच नाही तर कॉलेजला दांडी मारून तू दुपारी गच्चीत सावलीत हातात पुस्तक घेऊन नुसता बसून राहतोस. एकांतात अभ्यास करण्याचा उत्साह तुला अचानक आला होता. विप्रदास माझ्याकडे सल्ला मागायला आला. मी म्हटलं, 'काका, तुम्हाला काशीला जायचंय ना? बऱ्याच दिवसांपासून तुमची तशीच इच्छा आहे. हो ना? मग तुम्ही खुशाल काशीला जा. कुसुमची काळजी करू नका. तिला सोपवा माझ्यावर.''

''विप्रदास काशीला निघून गेल्यावर मी कुसुमला श्रीपती चट्टोपाध्यायांच्या घरी नेऊन ठेवली आणि तोच तिचा बाप आहे असं सर्वांना भासवलं. त्यानंतर काय झालं ते तुला माहीत आहेच. तुझ्यापाशी मन मोकळं केल्यानं मला कसं आता अगदी बरं वाटतंय.''

''हे सर्व एखाद्या कथेत शोभण्यासारखं आहे नाही? वाटतं सर्व लिहून काढावं आणि छापावं. पण मला कुठं लिहिता येतंय! माझा पुतण्या थोडंफार लिहितो असं ऐकलंय. त्याच्याकडून लिहून घ्यावं म्हणतो. पण तुझी मदत घेतली तर जास्त बरं. कारण गोष्टीचा शेवट नेमका तुलाच ठाऊक असणार. हो ना?''

प्यारीशंकरच्या शेवटच्या वाक्याकडे फारसं लक्ष न देता हेमंतानं विचारलं, 'कुसुमनं ह्या लग्नाला काही विरोध केला नाही?''

प्यारीशंकर म्हणाला, ''तिचा विरोध होता की नाही हे समजणं फार

अवघड होतं. बापू, बाईमाणसाचं मन! नकार म्हणजे होकार समजायचा. नवीन घरात म्हणजे श्रीपतीकडे आल्यावर पहिले तीनेक दिवस वेडीपिशी झाली होती तू दिसला नाहीस म्हणून. तुलाही कुठून तरी पत्ता लागलाच. त्यामुळे तू कॉलेजचा रस्ता चुकायला लागलास. नेमका श्रीपतीच्या घरासमोर येऊन तू काहीतरी शोधत असायचाय. प्रेसिडेन्सि कॉलेजचा रस्ता नक्कीच शोधत नव्हतास. त्या घराच्या खिडकीला जी फट होती त्यातून उन्हाची तिरीप आणि प्रेमवेड्या तरुणाचं चित्तच फक्त आत जाऊ शकत होतं. म्हणून मला फार वाईट वाटलं. तुझं अभ्यासात लक्ष नव्हतं आणि त्या पोरीचं मन थाऱ्यावर नव्हतं. तिची अगदी दशा झाली होती. म्हणून एकदा तिला म्हणालो, 'हे बघ, पोरी, मी म्हातारा माणूस. माझ्यासमोर लाजण्याचं कारणच काय! ज्याच्यावर मनापासून प्रेम करतेस त्याची वाट लागण्याची वेळ आलीय. मला दिसतंय ना सगळं! तेव्हा तुमचं लग्न लावून द्यावं म्हणतो.''

''हे ऐकताच कुसुम हुंदके देऊन रडायला लागली. ती मग तिथं थांबलीच नाही. मी मधून मधून श्रीपतीच्या घरी जाऊन कुसुमपाशी तुझा विषय काढत असे. हळूहळू तिचा संकोच नाहीसा झाला. अखेर तिच्याशी बोलून तिला पटवून दिलं की लग्नाशिवाय दुसरा मार्ग नाही. त्याशिवाय तुम्ही एकत्र येणं शक्य नाही. मी तिला म्हटलं की कुलीन घरातली म्हणून तुला सहज खपवता येईल. बराच तर्कवितर्क झाल्यावर तुझं ह्याबद्दल काय मत आहे ते विचारायला सांगितलं तिनं. मी म्हटलं की आधीच तो पोरगा तुझ्या प्रेमापायी वेडा झालाय. त्याला तुझी कर्मकहाणी सांगायची गरज नाही. लग्न झालं की तुम्ही सुखानं संसार कराल. त्याला तुझ्या पूर्वीच्या आयुष्याबद्दल कळायला काहीच मार्ग नाही. सगळं सांगून त्याला दुःखी कशाला करायचं?''

''तिला माझं म्हणणं पटलं की नाही कोण जाणे! कधी रडायची तर कधी नुसतीच गप्प बसून राह्यची. मी जर म्हणालो की ठीक आहे. हा विचारच सोडून देऊ या. तर मात्र बेचैन व्हायची. अशा परिस्थितीत श्रीपतीकडून तुला लग्नाबद्दल विचारलं. तू तात्काळ होकार दिलास. मुहूर्तसुद्धा ठरला. पण मग कुसुम अडून बसली. ती काही केल्या लग्नाला तयार होईना. माझे पाय धरून म्हणायला लागली, ''काका, हे लग्न नको.' मी म्हटलं की सगळं नक्की झाल्यावर आता नकार कसा द्यायचा? कारण काय सांगायचं? ती म्हणाली, 'मी मेले असं उठवा आणि मला कुठंतरी दुसरीकडे पाठवून द्या.' मी म्हणालो, 'अग, त्या पोराचा विचार कर. त्याचं कसं होईल? पुष्कळ दिवसांची इच्छा पूर्ण होणार म्हणून त्याला स्वर्ग दोन बोटं उरलाय. त्याला तुझ्या मरणाची बातमी सांगितली तर दुसऱ्या दिवशी तुला त्याच्या मरणाची बातमी सांगावी लागेल आणि संध्याकाळी

मला तुझ्या मरणाची बातमी कळेल. ह्या वयात स्त्री-हत्या आणि ब्रह्महत्या करू होय!''

''त्या नंतर ठरल्याप्रमाणे शुभ मुहूर्तावर तुमचं लग्न झालं. एका फार मोठ्या जबाबदारीतून मी मोकळा झालो. बाकी सगळं तर तुला माहीतच आहे.''

हेमंत म्हणाला, 'आमचं जे बरंवाईट करायचं होतंत ते केलंत. मग आता हा गौप्यस्फोट कशाला केलात?'

प्यारीशंकर म्हणाला, ''अरे, तुझ्या धाकट्या बहिणीचं लग्न ठरल्याचं कळलं. तेव्हा मनात म्हटलं की एका ब्राह्मणाला जातीतून उठवलं खरं. पण ते कर्तव्यापोटी. आणखी एक ब्राह्मण जातीला मुकत असेल तर त्याला वाचवणं हेही माझं कर्तव्य आहे. म्हणून त्यांना पत्रानं कळवून टाकलं की हेमंतानं शूद्राच्या विधवेशी लग्न केलंय. त्याचा पुरावा आहे माझ्याजवळ.''

हेमंतानं मोठ्या कष्टानं स्वत:ला आवरलं आणि विचारलं, 'ह्या मुलीला मी टाकून दिल्यावर तिचं काय? तुम्ही तिला आधार द्याल?'

''बाबा रे, माझं कर्तव्य मी केलं. दुसऱ्यानं टाकलेल्या मुलीला सांभाळण्याची जबाबदारी माझी नाही. अरे, कोण आहे? हेमंतबाबूंसाठी बर्फ घालून शहाळ्याचं पाणी आणि पान आण बघू.''

पण आदरातिथ्याची वाट न पाहता हेमंत निघून आला.

कृष्ण पक्षाची पंचमी. काळोखी रात्र. पुष्करणीजवळचं लिचीचं झाड काळ्या पटावरील गडद काळ्या डागासारखं दिसत होतं. कुठलाही आवाज नव्हता. सर्व अगदी चिडीचूप. फक्त दक्षिणेकडचा वारा पछाडल्यासारखा इकडे तिकडे फिरत होता आणि आकाशातल्या चांदण्या पापणीही न लवविता, सावधपणे अंधारात निरखून पाहत होत्या. जणू त्या काहीतरी रहस्य शोधण्याचा प्रयत्न करत होत्या.

हेमंताच्या खोलीत आज दिवा जळत नव्हता. खिडकीजवळ बसून हेमंत एकटक बाहेर पाहत होता. कुसुम जमिनीवर बसली होती. आपल्या दोन्ही हातांनी तिनं हेमंताचे पाय धरले होते आणि त्यावर डोकं टेकवलं होतं. निश्चल समुद्राप्रमाणे काळही जणू थांबला होता. एका अदृश्य चित्रकारानं रात्रीच्या पटावर जणू चित्र रेखाटलं होतं — चहूबाजूला प्रलय. मध्ये न्यायाधीश आणि त्याच्या पायाशी एक अपराधी.

पुन्हा पायांचा आवाज. त्या दिवशीसारखाच. हरिहर मुखोपाध्याय दाराशी येऊन गरजले, 'फार वेळ घेतलात. आता मी आणखी वेळ देऊ शकत नाही. त्या बाईला घरातून बाहेर काढ.'

हे शब्द ऐकताच आयुष्यभरासाठी धरलेली आस कुसुमनं क्षणभरातच पूर्ण

केली. तिनं हेमंताचे पाय दुप्पट आवेगानं धरले, त्यांचं चुंबन घेतलं, पायाची धूळ मस्तकी लावली आणि पाय सोडून दिले. हेमंत उठला आणि दाराशी जाऊन वडिलांना म्हणाला, 'मी तिला सोडणार नाही.'

'मग जातीला मुकावं लागेल त्याचं काय?'

'मी जातबित मानत नाही.'

'मग तूही तिच्याबरोबर घराबाहेर हो.'

❑

चोरलेले धन

महाकाव्याच्या युगात स्त्रीला जिंकावं लागायचं पुरुषार्थाच्या जोरावर. वीराच्याच भाग्यात असायचं स्त्रीरत्न. पण मी मात्र स्त्रीला जिंकलं ते नामर्दपणे. ही गोष्ट माझ्या पत्नीला फार उशिरा कळली. एक मात्र खरं की लग्नानंतरची तपश्चर्या फळाला आली. जिला लबाडीनं मिळवलं होतं तिची किंमत लग्नानंतर पदोपदी प्रत्ययाला आली, जाणवली.

विवाहामुळे मिळालेला अधिकार रोज सिद्ध करावयाचा असतो. पण बहुतेक पुरुष ही गोष्ट विसरून जातात. समाजानं दिलेला परवाना दाखवून कस्टम-हाऊसमधून एकदा माल सोडवून घेतला की मग पुरुष एकदम बेफिकिरीनं वागायला लागतात. जणू वरच्यानं त्यांना बिल्ला आणि वर्दी देऊन पहारेकऱ्याची सरकारी नोकरी दिलीय. पण वर्दी उतरवताच ते अगदी कुचकामी ठरतात.

चिरजीवनाची संगीतिका म्हणजे विवाह. तिचं पालुपद एकच असलं तरी संगीताचा विस्तार रोज नवा असतो. खरं तर हे सर्व मी शिकलो ते माझ्या पत्नीकडून– सुनेत्राकडून. तिच्यापाशी न संपणारी अशी प्रेमाची धनदौलत होती. देवडीवर दिवसभर तिची सहाना रागिणी वाजत असायची. कधी ऑफिसमधून घरी यावं तर माझ्यासाठी फालसा सरबत तयार असायचं. बर्फ घातलेल्या त्या सरबताचा रंग पाहूनच डोळे निवायचे. सरबताशेजारीच चांदीच्या लहानशा ताटलीत दाट गजरा. मी घरात शिरण्याआधीच त्याचा सुगंध माझ्यापर्यंत पोहोचायचा. कधी आइस्क्रीम पॉटमधील ताडगोळ्यांचं घट्ट सरबत आणि त्याच्या शेजारी बशीत एकच सूर्यफूल. ऐकताना कदाचित ह्यात फार काही अप्रूप आहे असं वाटणारही नाही. पण माझ्या अस्तित्वाची ती रोज नव्यानं दिलेली पावती होती. जुन्याचा पुन्हा नव्यानं अनुभव घेण्याचं सामर्थ्य फक्त कलावंतातच असतं. बाकीच्यांच्या लेखी निव्वळ कित्ता गिरवणं. सुनेत्राजवळ प्रेमाची प्रतिभा होती. नवनवोन्मेषशाली प्रेमाची पूजा ती करत होती. आमची मुलगी अरुणा. आज तिचं वय आहे सतरा. ह्याच वयात सुनेत्राचं लग्न झालं होतं. आता सुनेत्रा अडतीस वर्षांची आहे. पण अजूनही ती प्रयत्नपूर्वक साजशृंगार करते कारण तिच्या दृष्टीनं साजशृंगार म्हणजे नैवेद्य. स्वत:ला समर्पित करणं म्हणजे नित्यनेमाचा

धार्मिक विधीच. सुनेत्राला आवडायची काळ्या काठाची पांढरी शांतिपुरी साडी. तिनं कधीच खादी वापरली नाही. ह्याबद्दल तिच्यावर टीका झाली पण तिनं ती मुकाट्यानं सहन केली. ती म्हणायची की मला बंगाली विणकरांनी मागावर विणलेलं कापडच आवडतं. हे विणकर कलावंत असतात. सुताची पसंती तर त्यांचीच असते. आपण पसंत करतो ते तयार झालेलं कापड. खरं सांगायचं तर फिक्या वा पांढऱ्या रंगावर दुसरा कुठलाही रंग खुलून दिसतो हे ती चांगलं जाणून होती. कपडे तेच पण रंगसंगती बदलून ती त्यात वेगळेपणा आणायची. तिनं नखरा केलाय असं मात्र कधीच वाटायचं नाही. तिचा साजशृंगार मला मनापासून पसंत आहे हे ती ओळखून होती. मी खूष होत असे. का ते नाही सांगता यायचं.

प्रत्येक माणसात एक 'मी' असतो. ह्या अपरिमित रहस्याचं असीम मूल्य प्रेमात मिळतं. त्याच्या पुढे अहंकाराचा पैसा खोटा ठरतो, क्षुल्लक ठरतो. हे महान मूल्य सुनेत्रा तनमनानं मला देत होती. पुरी एकवीस वर्षं. ती रोज तिच्या गोऱ्यापान कपाळावर कुंकू लावायची. त्या कुंकवात एक चिरंतन, अद्भुत भाषा असायची. तिच्या जगाच्या केंद्रस्थानी होतो मी. त्यासाठी मला विशेष काही करावं लागलं नाही. सर्वसामान्य जे करतात तेच मी केलं. पण प्रेम सामान्यालाही असामान्यात बदलतं. शास्त्रानं स्वतःला ओळखायला सांगितलंय. माझ्यातल्या 'मी'ला एकजण प्रेमाच्या शक्तीमुळे ओळखत होती व त्या आनंदात मी मला ओळखायला लागलो.

(२)

माझे वडील एका प्रसिद्ध बँकेचे मॅनेजर. त्या बँकेचा मी एक भागीदार झालो. स्लीपिंग पार्टनर नव्हे. भक्कम लगाम घालून मला कामाला जुंपलं गेलं. माझ्या मनाला आणि देहाला हे काम मानवण्यासारखं नव्हतं. मला वनखात्यात अधिकारी व्हायचं होतं. मोकळ्या हवेत भटकंती करत शिकारीचा शौक पुरा करायचा होता. बाबांनी मात्र प्रतिष्ठा पाहिली. ते मला म्हणाले, 'जी नोकरी नशिबानं तुला मिळतेय ती बंगाल्यांना सहजासहजी मिळणारी नव्हे.' मला हार मानावी लागली. शिवाय पुरुषाची प्रतिष्ठा स्त्रीच्या दृष्टीनं फार मोलाची असते. सुनेत्राच्या बहिणीचा नवरा प्राध्यापक होता. इम्पिरिअल सर्व्हिस. त्यामुळे स्त्रियांच्या जगात सुनेत्राच्या बहिणीला फारच मान होता. मी जंगलातला साहेब झालो

असतो तर सोलर हॅट घालून हिंडलो असतो, जमिनीवर वाघाचं किंवा अस्वलाचं कातडं अंथरलं असतं. त्यामुळे कदाचित माझं शारीरिक वजन आटोक्यात राहिलं असतं पण आजूबाजूच्या प्रतिष्ठित लोकांच्या तुलनेत माझं सामाजिक वजन खूपच घटलं असतं. मला वाटतं की पुरुषाचं असं वजन कमी झाल्यास स्त्रीच्या आत्माभिमानाला ठेच लागते.

इकडे टेबल-खुर्चीवर एका जागी बसून बसून माझ्या तारुण्याची धार बोथट व्हायला लागली. दुसरा एखादा असता तर पोटाच्या वाढणाऱ्या घेराची पर्वा करता ना! पण मला ते शक्य नव्हतं. मला माहीत होतं की सुनेत्रा फक्त माझ्या गुणावर भाळली नव्हती. माझं रूपही तिला आवडलं होतं. माझ्या बांधेसूद शरीराचं तिला आकर्षण वाटलं होतंच. देवानं स्वत:च्या हातानं निर्माण केलेली ही वरमाला मी तिला अर्पण केली होती आणि रोजच्या पूजेत तिची नक्कीच आवश्यकता होती. सुनेत्रा अजून तरुण दिसत होती. माझ्या तारुण्याला ओहोटी लागली होती. जमेच्या बाजूला होता बँकेतला पैसा.

आमच्या प्रेमाचा आरंभ आमच्या अरुणामुळे मला पुन्हा एकदा पाह्यला मिळत होता. तिच्या तारुण्याच्या नवप्रभाती तोच उषारुणराग दिसत होता. तो पाहून मी सुखावत होतो. माझं लग्न झालं तेव्हा माझं वय शैलेन एवढंच होतं. तारुण्याचा जोश, प्रसन्नता, आपली इच्छा पुरी होईल की नाही म्हणून वाटणारी काळजी, त्यामुळे मधूनच उत्साहाला येणारी मरगळ. — तो अगदी माझ्याच मार्गावरून चालत होता. मी माझ्या सासूबाईंना खूष करायचा जसा प्रयत्न करत असे तसाच तोही सुनेत्राला खूष करण्यासाठी धडपडत असे. माझ्याकडे मात्र तो फारसं लक्ष देत नसे. पण अरुणा मात्र ओळखून होती की स्त्रीचं मन, तिची दु:खं बाबा चांगल्या तऱ्हेनं समजू शकतात. एके दिवशी डोळ्यांतलं पाणी लपवत, एवढंसं तोंड करून ती माझ्या पायाजवळच्या मोढ्यावर गप्प बसून राहिली होती. तिची आई कठोर होऊ शकत होती, मी नाही.

अरुणाचं मन तिच्या आईला कळत नव्हतं असं नव्हे. पण तिच्या मते हे म्हणजे 'प्रभाते मेघडंबर.' काही काळानं आपोआप विरून जाणारं. इथंच माझा आणि तिचा मतभेद होता. भूक न भागवता मारून टाकता येते. नाही असं नाही. पण पुन्हा पानावर बसल्यास हृदयरसनेचा स्वाद मरून जातो. पहाटेचा सूर दुपारी कसा लागणार! पालक सांगतात की विचार करण्याइतपत वय होऊ द्या. मग....... वगैरे वगैरे. पण विचारक्षम वय हे प्रेमात पडण्याच्या वयाच्या नेमकं उलट्या दिशेला असतं.

काही दिवसांपासून मुसळधार पाऊस पडत होता. घरं भिजून ओलीचिंब झाली होती. पावसामुळे शहराचा गोंगाट रडक्या सुरासारखा वाटत होता. अरुणा

घरातल्या लायब्ररीत बसून परीक्षेचा अभ्यास करतेय, असा तिच्या आईचा समज होता. मी एक पुस्तक आणायला गेलो तेव्हा ती खिडकीपाशी नुसतीच बसली होती. आभाळ आल्यानं खोली काळोखली होती. तिनं वेणी घातली नव्हती. तिच्या अस्ताव्यस्त केसांवर पावसाचा सपकारा बसत होता.

सुनेत्राला मी काहीच बोललो नाही. ड्रायव्हरजवळ एक चिठ्ठी दिली आणि गाडी घेऊन त्याला शैलेनकडे पाठवलं. मी शैलेनला चहाला बोलावलं होतं. शैलेन आला. अर्थात त्याचं असं अचानक येणं सुनेत्राला अजिबात आवडलं नव्हतं हे कळायला मला वेळ लागला नाही. मी शैलेनला म्हटलं, 'अरे, गणित बरं आहे माझं. पण हल्लीचं फिजिक्स काही मला नीटसं समजत नाही. म्हणून तुला बोलावलं. 'क्वॉन्टम थिअरि' समजावून सांग मला. आमच्या जुन्या शिक्षणाचा काही उपयोग नाही.'

शिकणं काही झालं नाही हे वेगळं सांगायला नकोच. मला खात्री आहे की अरुणाच्या लक्षात तिच्या वडिलांची चलाखी आली असणार आणि ती मनातल्या मनात म्हणालीही असणार की असे बाबा कधीही कुण्णाला मिळाले नसतील.

थिअरी समजावून घेण्याआधीच फोन खणखणला. मी धडपडत उठलो. फोन उचलला. रॉंग नंबर होता. मी शैलेनला म्हणालो, 'मला जरा महत्त्वाचं काम आहे. मी परत येईपर्यंत तुम्ही जरा इन-डोअर टेनिस खेळा.' नंतर माझ्या खोलीत येऊन शिळं वर्तमानपत्र वाचत बसलो. अंधार पडताच दिवा लावला.

सुनेत्रा आत आली. ती फारच गंभीर झाली होती. मी हसत हसत म्हणालो, 'मीट्यरॉलजिस्टनं जर तुझा चेहरा पाहिला तर तो वादळाचा अंदाज वर्तवल्याशिवाय राहणार नाही.'

माझ्या थट्टेकडे लक्ष न देता तिनं विचारलं, 'त्या मुलाचे एवढे लाड कशाला करता हो?'

'अग, त्याचे लाड करणारं माणूस त्याच्या मनात बसलंय. आपल्याला ते दिसत नाही.'

'पुरे झालं! थोडे दिवस त्यांचं भेटणं बंद करा म्हणजे आपोआपच हा थिल्लरपणा थांबेल.'

'आपण कशाला कसाई व्हायचं? दिवस सरतील तसं वय वाढेल. मग हा बालिशपणा पुन्हा नाही करता यायचा.'

'तुम्ही ग्रहबिह मानत नाही. पण मी मानते. त्यांचे ग्रह जमत नाहीयेत.'

'ग्रहांचं मला माहीत नाही. ते कुठं कसे जुळतात किंवा जुळत नाहीत ते कधी कुणाला दिसलंय! पण ह्या दोघांची मनं जुळलीत हे मात्र स्पष्ट दिसतंय.'

'तुम्हाला माझं म्हणणं कधी कळायचं नाही. मुलीच्या जन्माआधीच तिचा

जोडीदार ठरलेला असतो. भुरळ पडून जर तिनं दुसऱ्या कुणाला माळ घातली तर ती फसवणूकच की! नकळत झाली म्हणून काय झालं! असं झालं तर फार दुःखं सोसावी लागतात बरं!'

'पण आपला खरा जोडीदार ओळखायचा कसा?'

'ग्रहांनी स्वतःच्या हातानं सही केलेला पुरावा असतो ना!'

(३)

आता काहीही चोरून ठेवण्यात अर्थ नव्हता.

माझे सासरे अजितकुमार भट्टाचार्य हे फार मोठ्या कुलीन पंडित घराण्यातले. बालपण गेलं होतं चतुष्पाठ्यांमध्ये. पुढे कलकत्त्याला आले. गणित घेऊन एम. ए. झाले. फलज्योतिष्यावर त्यांचा विश्वास होता आणि त्याचं त्यांना ज्ञानही होतं. त्यांचे वडील होते बुद्धिप्रामाण्यवादी. ईश्वर न मानणारे. माझे सासरेही देवबिव मानायचे नाहीत. मला हे माहीत होतं. त्यांचा ग्रहांवर मात्र जबरदस्त विश्वास होता. अंधश्रद्धा म्हटलं तरी चालेल. त्यांचीच मुलगी सुनेत्रा. ग्रहांच्या कडक पहाऱ्यात वाढलेली.

मी माझ्या सासऱ्यांचा लाडका विद्यार्थी. अभ्यासाच्या निमित्तानं नेहमी त्यांच्याकडे जाणारा. सुनेत्रालाही ते शिकवत. त्यामुळे आमची वरचेवर भेट व्हायची. ह्या भेटी वाया गेल्या नाहीत ही बातमी बिनतारी संदेश यंत्रणेद्वारा माझ्यापर्यंत पोहोचली होती.

माझ्या सासूबाई विभावरी. त्या जुन्या पठडीतल्या असूनही पतीच्या अंधश्रद्धेचा संसर्ग त्यांच्या मनाला झाला नव्हता. त्याचं मन स्वच्छ, मोकळं होतं. त्यांचा ग्रहांवर विश्वास नव्हता. कुलदैवतावर मात्र श्रद्धा होती. ह्यावरून माझ्या सासऱ्यांनी एकदा त्यांची थट्टाही केली होती. ते म्हणाले होते, 'भिऊन तू प्याद्यांनाच सलाम ठोकतेस. आम्ही मानतो थेट राजाला.' पुढे म्हणाले होते, 'बघ हो! फसशील. राजा असो वा नसो, प्याद्यांच्या कपाळी दंडा ठरलेलाच.'

सासूबाई म्हणल्या होत्या, 'फसले तर फसले. पण दिवाणखान्यातल्या दरबारात जाऊन जोडे- वहाणांपुढे मान झुकवणार नाही.'

माझ्या सासूबाईंचा माझ्यावर खूप जीव होता. मी त्यांच्यापाशी मनमोकळेपणाने बोलत असे. संधी साधून एकदा त्यांना म्हणालो, 'आई, तुम्हाला मुलगा नाही आणि मला आई नाही. तेव्हा तुमची मुलगी देऊन मला तुमचा मुलगाच समजा.

तुमचा होकार मिळाला की माझ्या गुरूंचे पाय धरतो.'

त्या म्हणाल्या, 'गुरूंजीचे पाय धरणं वगैरे नंतर. आधी तुझी पत्रिका आणून दे मला.'

दिली. त्यांनी ती पाहिली. म्हणाल्या, 'जमण्यासारखं नाही. तुझे गुरू ह्या लग्नाला मुळीच होकार देणार नाहीत. आणि मुलगी वडलांच्याच वळणावर गेलीय.'

मी विचारलं, 'मुलीच्या आईचं काय?'

'माझी गोष्ट वेगळी. मी तुला ओळखते आणि माझ्या मुलीचं मनही मला ठाऊक आहे. ह्यापेक्षा जास्त काही जाणून घेण्यासाठी ग्रहांकडे धाव घ्यायची इच्छा मला नाही.'

माझं मन बंड करून उठलं. ही कसली अडचण! ही अट अवास्तव आहे. हा सरासर अन्याय आहे. पण माझ्या मतानं काही फरक पडणार नव्हता. मग ह्या विचित्र अटीशी टक्कर द्यायची तरी कशी?

इकडे मुलीला बरीच स्थळं सांगून यायला लागली. त्यांतल्या काहींच्या पत्रिकाही जुळत होत्या. पण मुलगीच लग्न न करण्याचा हट्ट धरून बसली. तिनं विद्येच्या साधनेतच आयुष्य घालवायचं ठरवलं. बापाला ह्याचा अर्थ समजला. त्यांना लीलावतीच्या गोष्टीची आठवण झाली. मुलगी मनातून रडतेय हे आईला कळलं. अखेर आईनंच पुढाकार घेतला. एके दिवशी एक कागद माझ्या हातात देत त्या म्हणाल्या, 'ही सुनेत्राची पत्रिका. ह्या पत्रिकेशी जुळणारी तुझी पत्रिका करून आण. मला आता पोरीचं दुःख पाहवत नाही.'

नंतर काय झालं ते सांगायला नकोच. पत्रिकेतील आकड्यांच्या जाळ्यातून मी सुनेत्राला सोडवून आणलं. आई डोळे पुसत म्हणाली, 'पोरा, चांगलं काम केलंस हो!'

त्यानंतर एकवीस वर्षं उलटली होती.

(४)

पाऊस थांबण्याचं नाव नव्हतं. उलट वादळाचा जोर वाढला होता. डोळ्यांवर दिव्याचा उजेड येत होता म्हणून सुनेत्राला दिवा विझवायला सांगितला. पावसाच्या धारांतून रस्त्यावरच्या दिव्याचा अंधुक प्रकाश खोलीत शिरला. मी सुनेत्राला माझ्यापाशी बसवून म्हणालो, 'मी तुझा ठरलेला जोडीदार म्हणजे विधिलिखित

वर आहे असं तुला वाटतं? खात्री आहे तुझी?'

'हे काय विचारणं झालं!'

'तुझ्या ग्रहांनी हे मानलं नाही तरी?'

'कसे नाही मानणार! मानणारच ते. एवढं का मला कळत नाही?'

'आपण एवढे वर्ष संसार केला. तुला कधी संशय नाही आला?'

'काहीतरी काय! असं काही विचारलंत तर मी खरंच बोलणार नाही हं!'

'सुनी, आपण दोघांनी खूप सोसलं. आपला मुलगा - आपलं पहिलं मूल - आठव्या महिन्यात गेला. मी टाइफॉइडनं अगदी मरायला टेकलो असताना बाबा गेले. नंतर दादानं बाबांच्या नावानं खोटं मृत्युपत्र करून त्यांची सर्व इस्टेट लाटली. आज माझी नोकरी हाच आपला एकमेव आधार आहे. तुझ्या आईचं प्रेम हा आपला भक्कम टेकू होता. पण पूजेच्या सुटीत घरी जाताना मेघना नदीत नाव बुडाली. तुझे आई-बाबा दोघंही गेले त्या अपघातात. ते गेल्यावर कळलं की माझ्या गुरूंना बरंच कर्ज झालं होतं. त्यांना व्यवहार कधीच जमला नाही. ते कर्जही आपण आपलं मानलं. माझ्या पत्रिकेतील अनिष्ट ग्रहांमुळेच हे झालं नाही कशावरून? मी जरा आधीच विचार करायला पाहिजे होता.'

सुनेत्रा काही बोलली नाही. तिनं फक्त मला मिठी मारली.

मी पुढे म्हणालो, 'अनिष्ट ग्रह, येणारी संकटं, अडचणी ह्या सगळ्यांपेक्षा प्रेम मोठं हे आपल्या संसारावरून सिद्ध होत नाही का?'

'होतं हो! नक्कीच होतं.'

'समज, ह्या ग्रहांच्या फेऱ्यामुळे तुझ्या आधी मी गेलो तर त्यामुळे होणारी फार मोठी हानी मी जिवंत असताना भरून काढू शकणार नाही?'

'आता खरंच पुरे हं!'

'सावित्री - सत्यवानाचं एक दिवसापुरतं मिलन हे चिरविरहापेक्षाही मोठं होतं. तिनं मृत्यूची भीती मुळीच बाळगली नाही.'

सुनेत्रा काहीच न बोलता निमूट बसून राहिली.

मी पुढे म्हणालो, 'तुझ्या अरुणाचं शैलेनवर प्रेम आहे, एवढं समजलं म्हणजे पुरे! बाकी राहू दे ना अंधारात! काय म्हणतोय मी ते आलं ना लक्षात, सुनी?'

आताही ती काही बोलली नाही.

मीच पुढे बोलत राहिलो. 'तुझ्यावर प्रेम केलं तेव्हा ह्या ग्रहांनी विरोध करून खूप त्रास दिला तुला आणि मला. आता पुन्हा मी असं होऊ देणार नाही. पत्रिका जुळते का नाही हा प्रश्नच नको.'

मी बोलत असतानाच जिन्यावर पाय वाजले. शैलेन घरी जायला निघाला होता. सुनेत्रा घाईघाईनं उठली. 'काय रे, निघालास?'

'हो, घड्याळ नव्हतं ना म्हणून किती वाजले ते कळलंच नाही. उशीर झाला.'

'नाही. काही उशीरबिशीर नाही झाला. जेवल्याशिवाय जायचंच नाही मुळी.'

ह्याला लाडकोड म्हणायचं नाही तर काय म्हणायचं बरं?

त्या रात्री माझ्या पत्रिकेची साद्यंत हकिकत मी सुनेत्राला सांगितली. ती म्हणाली, 'सांगितली नसतीत तर बरं झालं असतं.'

'का?'

'आता सारखी भीती वाटेल.'

'कसली भीती? वैधव्याची?'

बराच वेळ ती काही बोलली नाही. मग म्हणाली, 'नाही. नाही. मी मुळीच भिणार नाही. तुम्हाला मागे ठेवून तुमच्या आधी मी गेले तर माझं मरण दोनदा घडेल.'

❑

चित्रकार

मयमनसिंहच्या हायस्कूलमधून मॅट्रिक होऊन आमचा गोविंद कलकत्त्याला आला. विधवा आईची थोडीफार पुंजी त्याला मिळाली असली तरी त्याची खरी ठेव होती दृढ निर्धार. 'पैसा मिळवणं' हाच त्याचा एकमेव निर्धार होता. त्यासाठी आयुष्य पणाला लावायलाही तो तयार होता. तो नेहमी संपत्तीचा उल्लेख 'पैसा' असाच करायचा. कारण त्याला 'पैसा'च हवा होता. त्याचं ध्येय होतं 'पैसा मिळवणं'. दुसरं कोणतंच लक्ष्य त्याच्यापुढे नव्हतं. 'पैसा' – ज्याला आपण पाहू शकतो, स्पर्श करू शकतो तो पैसा. अगदी सामान्य पैसा. हाताहातातून फिरणारा, बाजारात खर्च होणारा, कळकट होत जाणारा; तांबं, चांदी, सोनं, कागद अशा नाना रूपांत माणसाला भुलवणारं कुबेराचं आद्य रूप. ह्याहून मोठी महत्त्वाकांक्षा त्याला माहीतच नव्हती.

अनेक वेडीवाकडी वळणं घेऊन, चिखलात बरबटून आज गोविंद पैसारूपी लोंढ्याच्या रुंद काठावरच्या पक्क्या बांधलेल्या घाटावर उभा होता. गनिबॅगवाल्या मॅक्डोगलसाहेबाच्या ऑफिसमध्ये हेडक्लार्कच्या अढळपदी तो विराजमान झाला होता. सगळे त्याला 'मॅक्डोलाल'च म्हणत.

गोविंदाचा चुलतभाऊ मुकुंद हा वकील होता. इहलोकीचं वास्तव्य आवरून तो जेव्हा परलोकी गेला तेव्हा मागे ठेवून गेला आपली पत्नी, चार वर्षांचा मुलगा, कलकत्त्याचं घर, काही रोख रक्कम आणि कर्जही. अर्थातच त्याच्या कुटुंबाला काटकसरीनं राहणं भाग होतं. म्हणूनच मुकुंदचा मुलगा ज्या परिस्थितीत वाढत होता, तिची शेजाऱ्याशी तुलना केल्यास ती अगदीच बेताची होती.

मुकुंदनं आपल्या मृत्युपत्रात आपल्या कुटुंबाची जबाबदारी गोविंदवर सोपवली होती. गोविंदनं पुतण्याला त्याच्या वयाचा विचार न करताच मंत्र दिला होता, 'कसंही करून पैसा कमव.'

ह्या दीक्षाविधीला मुख्य विरोध होता तो गोविंदच्या विधवा वहिनीचा. मुकुंदच्या पत्नीचा –सत्यवतीचा. ती स्पष्टपणे काही बोलू शकत नव्हती पण आपल्या कृतीतून ती तो दाखवत असे.

सत्यवतीला लहानपणापासूनच कलेचं वेड होतं. फळं, फुलं, पानं,

खाण्याचे निरनिराळे पदार्थ, निरनिराळ्या फळाफुलांचे रस, मैदा तसेच कागद, कापड, माती ह्यापासून ती खूप वस्तू तयार करायची. पण ह्या वेडापायी तिला खूप त्रासही सोसावा लागायचा. कारण ह्या निरुपयोगी वस्तू तयार करणं म्हणजे जणू आषाढातला अचानक आलेला पूर. त्या पाण्याला वेग खूप पण कामाची नाव चालवायला अजिबात उपयोगी नाही.

कधी कधी असंही व्हायचं की कुणा नातेवाईकाकडे काहीतरी कार्यक्रमाच्या निमित्तानं जेवणाचं आमंत्रण असायचं आणि सत्यवती आपल्या नादात ते विसरून जायची. आपल्या खोलीचं दार लावून, एखाद्या मातीच्या गोळ्याला आकार देण्यात ती गुंगून जायची. मग नातेवाईक 'गर्विष्ठ', 'अहंकारी' म्हणून तिला नावं ठेवायचे. त्यांना कोण, काय उत्तर देणार! कलाकुसरीत, हस्तकौशल्यात सौंदर्यमूल्य असतं, गुणवत्ता असते, स्तर असतो हे मुकुंदाला पुस्तकी ज्ञानावरून माहीत झालं होतं. 'आर्ट'च्या महात्म्यानं तो भारावून जायचा. पण आपल्या बायकोनं तयार केलेल्या वस्तूत वा कलाकुसरीत 'कला' नावाची गोष्ट असू शकते हे त्याच्या मनातसुद्धा यायचं नाही. मुकुंद स्वभावानं अगदी साधा-सरळ होता. त्याला छक्केपंजे माहीत नव्हते. तो कधीही कुणाला लागेल असं बोलून दुखवत नसे. आपली बायको विनाकारण वेळ घालवते, हा तिचा पोरकटपणा आहे असंच त्याला वाटायचं. पण घरातल्या कुणी सत्यवतीला दोष द्यायला लागलं, तिच्या कलेच्या वेडापायी घरकामात चालढकल होते वगैरे तक्रारी सांगायला लागलं तर तो ऐकून घ्यायचा नाही.

मुकुंदाच्या स्वभावात एक विरोधाभास होता. वकिलीच्या व्यवसायात तो तरबेज असला तरी संसारात त्याची बुद्धी चालत नसे. त्याला पैसा मिळायचा पण त्याकडे त्याचा ओढा नव्हता. मनाचा मोकळा मुकुंद घरातल्या कुणावरही आपली इच्छा लादत नसे. आपली कामं लोकांवर सोपवत नसे, स्वार्थापोटी कधी कुणाला त्रास देत नसे.

कोर्टातून येताना कधीमधी तो राधा बाजारातून रंग, रेशीम, रंगीत पेन्सिल्स असं काहीबाही आणून गुपचूप त्यांच्या खोलीतल्या कपाटात ठेवत असे. सत्यवतीनं काढलेलं चित्र पाहून 'वा! फारच सुंदर हं!' असा कौतुकाचा शेराही मारत असे. एकदा तिनं काढलेलं माणसाचं चित्र त्यानं उलटं धरलं आणि माणसाच्या पायाला तो पक्ष्याचं डोकं समजला. तो म्हणाला, 'सतू, काय बगळा काढलायस! फ्रेम करून ठेवायला हवं हे चित्र.' तो तिच्या पोरकटपणाला हसायचा तर ती त्याच्या बालिशपणाला. पण ह्या हसण्यात भरलेलं असायचं प्रेम. ती मनातून समजून होती की दुसऱ्या कुठल्याही बंगाली घरात तिच्या वेडाला असा पाठिंबा मिळाला नसता, कुणीही तिच्या उत्साहाला अशा सहानुभूतीनं प्रोत्साहन दिलं

नसतं. म्हणूनच तिच्या कलाकृतीबद्दल तिच्या नवऱ्यानं उलटसुलट अतिशयोक्तिपूर्ण विधानं केली नाहीत तर तिचे डोळे भरून यायचे.

अशा दुर्मिळ सौभाग्याला सत्यवती मुकली. मृत्यूपूर्वी तिच्या नवऱ्याच्या लक्षात एक गोष्ट आली होती. ती म्हणजे कर्ज असलेल्या आपल्या कुटुंबाचा भार अशा एखाद्या पक्क्या माणसाच्या खांद्यावर टाकायला हवा की जो फुटकी नावही आपल्या कौशल्याच्या बळावर पैलतीराला नेईल. म्हणूनच सत्यवती आणि तिचा मुलगा– चुनीलाल गोविंदाच्या हातात सापडले. गोविंदानं पहिल्याच दिवशी चुनीच्या मनात पैशाचं महत्त्व भरवायला मागेपुढे पाहिलं नाही. त्याच्या उपदेशात एक उथळ नीचपणा होता. म्हणूनच तो उपदेश ऐकताच सत्यवतीची मान शरमेनं खाली गेली.

अशा प्रकारे नाना तऱ्हेनं पैशाची साधना सुरू झाली. ती इतकी उघड उघड नसती तर फारसं काही बिघडलं नसतं. पण क्षणाक्षणाला शब्दाशब्दातून त्याची जाणीव करून दिली जायची. ह्यामुळे आपल्या मुलातल्या माणुसकीला धक्का लागतोय हे कळत असूनही सत्यवती काही करू शकत नव्हती. निमूटपणे सोसण्याशिवाय तिला गत्यंतर नव्हतं. कोवळं, हळुवार मनच जास्त सांभाळावं लागतं. अशा मनावरच आघात करायला, अशा मनाला त्रास द्यायला सर्वसाधारण माणूस पाहतो.

कला जोपासायची तर काहीतरी सामग्री हवीच. इतके दिवस सत्यवतीला पाहिजे ते मिळत होतं. त्यासाठी तिला कधी मन मारावं लागलं नव्हतं. पण व्यावहारिक दृष्टीनं विचार केल्यास हा खर्च अनावश्यक होता. तेव्हा स्वत:च्या जेवणखाणाच्या खर्चात काटकसर करून ती तिला हव्या असलेल्या वस्तू चोरून, गुपचूप आणायची आणि जे काही करायची तेही दार बंद करून. चोरून. तिला बोलणी बसतील म्हणून भीती वाटत नव्हती तर अरसिकाच्या नजरेला तिची कलाकुसर पडल्यास तिला चोरट्यासारखं झालं असतं म्हणून ती जपत होती. सुरुवातीला चुनी हाच तिचा एकमेव प्रेक्षक आणि टीकाकार होता. पुढे तो तिला मदत करायला लागला. ह्यातून त्यालाही कलेचं वेड लागलं. त्याचा गुन्हा लपून राहणं शक्य नव्हतं. वहीच्या पाना-पानातून त्याचे पुरावे विखुरले होते आणि हळूहळू घराच्या भिंतीपर्यंत पोहोचले होते. हातातोंडावर आणि कपड्यावरही डाग पडत होते. पैशाची आराधना विरुद्ध इंद्रदेव[१] ह्या लढ्यात इंद्रदेवांनी चुनीला आपल्या बाजूला ओढून घेतलं होतं. त्यामुळे चुनीला काकांच्या हातचा प्रसाद बऱ्याच वेळा मिळायला लागला.

जसजशी शिक्षा वाढायला लागली तसतशी आणखी गुन्हे करायला आईच मुलाला मदत करायला लागली.

ऑफिसचे 'बडे साहेब' कधी कधी 'हेडक्लार्क बाबूंना' बरोबर घेऊन कलकत्त्याबाहेर कामासाठी म्हणून जात. तेव्हा आईचा आणि मुलाचा आनंद काय वर्णावा! ब्रह्मदेवानंही जे प्राणी अजूनपर्यंत निर्माण केले नाहीत ते चुनीच्या हातून निर्माण व्हायचे. मांजरात कधी कुत्र्याचा भास व्हायचा, पक्षी आणि मासा ह्यात फरक करणं कठीण व्हायचं. चुनीची ही निर्मिती सांभाळून ठेवणं शक्यच नव्हतं. हेडक्लार्कबाबू परत येण्यापूर्वी सर्व खुणा पुसून टाकणं आवश्यक होतं. आई आणि लेक म्हणजे ब्रह्मा आणि रुद्र. विष्णूचं आगमन होणं शक्य नव्हतं.

कलेचं वेड सत्यवतीच्या घरातच असावं. ह्याचा पुरावा म्हणजे सत्यवतीपेक्षाही वयानं मोठा असलेला तिचा भाचा-रंगलाल– चित्रकार म्हणून प्रसिद्धीस आला होता. अर्थात रसिकांना त्याच्या चित्रातली अद्भुतता खटकायची आणि ते त्याची मनसोक्त टिंगल करायचे. कारण त्यांच्या कल्पनेशी रंगलालच्या चित्रांचा मेळ जमत नसे. त्यामुळे त्याच्या कलेबाबत ते नेहमीच साशंक असायचे. गंमत म्हणजे एवढी टिंगलटवाळी, निंदानालस्ती होऊनही चित्रकार म्हणून त्याच्या नावाचा खूपच बोलबाला झाला होता. त्याची हुबेहूब नक्कल करणारेच तो कसा भोंदू आहे, त्याचं तंत्र कसं चुकीचं आहे हे ठासून सिद्ध करण्याचा प्रयत्न करत होते.

असा हा लोकांच्या निंदेला पात्र ठरलेला चित्रकार, एके दिवशी, हेडक्लार्क बाबू घरात नसताना मावशीकडे येऊन हजर झाला. पण मावशीच्या खोलीचं दार आतून बंद होतं. दाराला जोरात धक्के मारून, कसाबसा त्यानं खोलीत प्रवेश मिळवला तेव्हा खोलीत पाय ठेवायला जागा नव्हती. आता कुठं त्याच्या लक्षात आलं की दोघांपैकी कुणीच दार का उघडत नव्हतं ते. तो म्हणाला 'मावशी, इथं एक कलाकार असल्याचं एवढ्या दिवसांनी मला कळलं. ब्रह्मदेवानं जशी एके काळी सृष्टी निर्माण केली तशीच आता इथं निर्मिती झालेली दिसते. हे सगळं कसं ताजंतवानं आहे. ह्यात कुठं नक्कल नाही. बघू. बघू. ह्यानं काढलेली सर्व चित्रं दाखव बरं मला!'

काय दाखवणार! जो कलाकार आकाशात छाया प्रकाशात विविध रंगात चित्रं काढतो तो मृगजळ कुठं ठेवतो? धुकं कुठं ठेवतो? तिथंच तर ह्या लहानग्या कलाकाराची चित्रं गेली नव्हती का? रंगलाल स्वतःच्या गळ्याची शपथ घालून मावशीला म्हणाला, 'ह्यापुढे तो जे काही काढेल ते नीट ठेव. मी सगळं घेऊन जाईन.'

अजून काका बाहेरगावाहून परत आले नव्हते. श्रावणातलं आकाश ध्यानमग्न झाल्यासारखं दिसत होतं. पाऊस पडत होता. किती वाजलेत ते कळायला मार्ग

नव्हता आणि बघण्याची कुणाची इच्छाही नव्हती. चुनीबाबू आज 'नौकावतरणा'चं चित्र काढण्यात गढला होता. नदीच्या लाटा, आ वासून नावेला गिळू पाहणारा मगरींचा तांडा, वादळरूपी बावटा उडवून त्यांना प्रोत्साहन देणारे ढग. ह्या चित्रातल्या मगरी काही सामान्य नव्हत्या आणि ढगानाही 'धूमज्योतिः सलिल मरुताम् सन्निवेशः' म्हटलं असतं तरी अतिशयोक्ती झाली नसती. अशी नाव खरंच कुणी तयार केल्यास विमा कंपनी तिची जबाबदारी घेणं अशक्यच होतं. पण आकाशातला चित्रकार जसा आपल्या मनाप्रमाणे चित्र काढतो तसाच हा घरातला चित्रकार स्वतःच्या मस्तीत चित्र काढत होता. दार उघडंच आहे हे तो पार विसरून गेला होता.

हेडक्लार्कबाबू अचानक आले आणि मोठ्यानं गरजले, 'काय चाललंय हे?' चुनीच्या छातीत जबरदस्त धडधड झाली. तो पांढराफटक पडला. परीक्षेत इतिहासाच्या सनावळीत गडबड कशामुळे होते हे काकांच्या ताबडतोब लक्षात आलं. चुनीलाल चित्र आपल्या सदऱ्यात लपवायचा व्यर्थ प्रयत्न करायला लागताच त्याचा गुन्हा अधिकच उघड झाला. काकांनी चित्र हिसकावून घेतलं आणि त्याच्यावर नजर टाकताच त्यांना धक्काच बसला. बाप रे! काय आहे ही भानगड! ह्यापेक्षा इतिहासाच्या परीक्षेतला सनातील घोटाळा परवडला. त्यांनी चित्राचे तुकडे तुकडे करताच चुनी हुंदके देऊन रडायला लागला.

सत्यवती एकादशीला देवघरातच बसून राह्यची. पण चुनीचं रडणं ऐकताच ती धावत खोलीत आली. जमिनीवर इतस्ततः चित्राचे तुकडे विखुरले होते आणि चुनी जमिनीवर लोळण घेऊन रडत होता. इतके दिवस सत्यवती गोविंदला काही बोलली नव्हती. तिच्या नवऱ्यानंच त्याच्यावर त्या दोघांची जबाबदारी सोपवली असल्यानं ती निमूटपणे सर्व सहन करत होती. आज मात्र तिला अश्रूही आवरले नाहीत आणि रागही ताब्यात ठेवता आला नाही. गोविंद इतिहासातील चुकांचं कारण पुढे करण्याच्या बेतात असतानाच तिनं कापऱ्या आवाजात विचारलं,

'का फाडलंत तुम्ही त्याचं चित्र?'

'अभ्यास करायला नको? अशानं शेवटी काय होईल त्याचं?'

'त्याला भीक मागायला लागली तरी परवडेल पण तुमच्या वळणावर जाता कामा नये. तुमच्या त्या धनापेक्षा त्याला देवानं जी दौलत दिलीय तिचीच भरभराट होवो हाच माझा– त्याच्या आईचा– त्याला आशीर्वाद.'

'माझी जबाबदारी मी झटकून टाकणार नाही. ते काही नाही. उद्याच त्याला बोर्डिंग स्कूलमध्ये पाठवून देतो. नाहीतर तुम्ही त्याचं नुकसान कराल.'

हेडक्लार्कबाबू ऑफिसमध्ये गेले. पावसाचा जोर वाढला होता. रस्त्यावर पाणीच पाणी झालं होतं. सत्यवतीनं चुनीचा हात धरला. म्हणाली,

'चल, बाबा! चल लवकर.'

'कुठं जायचं, आई?'

'इथून बाहेर.'

रंगलालच्या दारात गुडघाभर पाणी होतं. सत्यवती चुनीला घेऊन आत शिरली. 'बाबा रंगलाल, तूच आता ह्या पोराची जबाबदारी घे आणि पैशाच्या लोभापासून वाचव ह्याला.' तिच्या आवाजात निर्धार होता.

❑

---

१. इंद्रदेव - अंतरात्मा.

अतिथी

काठालियाचे जमीनदार मोतीलालबाबू आपल्या कुटुंबासमवेत नावेतून गावी जात होते. दुपारच्या वेळी जेवणाची व्यवस्था करण्यासाठी नाव नदीकाठच्या एका बाजारपेठेजवळ थांबली असताना ब्राह्मणाचा एक मुलगा नावेजवळ आला. त्यानं विचारलं, 'बाबू, तुम्ही कुठं जाता आहात?'

'काठालिया.' मोतीबाबूंनी सांगितलं.

'मला वाटेत नंदीग्रामला उतरून द्याल का?'

मोतीलालबाबूंनी होकार दिला आणि त्याला त्याचं नाव विचारलं.

'तारापद.' त्या मुलानं उत्तर दिलं.

तो पंधरा सोळा वर्षांचा असावा. गोरापान, मोठे टपोरे डोळे, हसतमुख, नाजुक जिवणी. एकंदरीत काय तर तो अतिशय देखणा होता. एका मळक्या धोतराशिवाय त्याच्या अंगावर दुसरं वस्त्र नव्हतं. एखाद्या शिल्पकारानं घडवल्याप्रमाणे तो बांधेसूद आणि सुदृढ होता. जणू काही पूर्वजन्मीच्या अक्षत तपस्येमुळे त्याचं पार्थिव गळून पडून शुद्ध ब्राह्मण्याची शोभा फाकली होती.

मोतीलालबाबूंनी अतिशय प्रेमळपणे त्याला सांगितलं, 'बाबा रे! स्नान करून ये आणि इथंच आमच्याबरोबर जेव.'

तारापदनं नुसताच होकार दिला नाही तर तो लगेच स्वयंपाकात मदत करायलाही सरसावला. मोतीलालबाबूंचा आचारी उत्तरेकडचा होता. त्याला मासे चिरणं, शिजवणं फारसं जमत नसे. तारापदनं हे काम हातात घेतलं आणि अगदी थोड्या वेळात व्यवस्थित करूनही टाकलं. शिवाय एक-दोन भाज्याही त्यानं एखाद्या गृहिणीच्या कौशल्यानं केल्या. स्वयंपाक होताच तारापद नदीवरून आंघोळ करून आला आणि आपल्या बोचक्यातून त्यानं एक स्वच्छ धोतर काढून नेसलं. लाकडी कंगव्यानं कपाळावर आलेले लांब केस त्यानं मागे वळवले. ओलं झाल्यामुळे गुंडाळलं गेलेलं जानवं व्यवस्थित सरळ करून तो नावेत मोतीलालबाबूंकडे आला.

मोतीलालबाबूंनी त्याला नावेतल्या लहानशा खोलीत नेलं. तिथं मोतीलालबाबूंची पत्नी आणि नऊ वर्षांची मुलगीही होती. त्या देखण्या मुलाला पाहून मोतीलालबाबूंच्या

पत्नीला– अन्नपूर्णेला– कुतूहल वाटलं. हा कोण? कुठून आला? ह्याच्या आईनं ह्याला एकटं कसं येऊ दिलं? तिला काळजी वाटत असेल ना? असे प्रश्न तिच्या मनात आले.

मोतीलालबाबूंच्या शेजारीच तारापदचं पान वाढलं होतं. तारापद मिताहारी होता. पण अन्नपूर्णेला वाटलं की लाजून संकोचून तो जेवत नाहीय. म्हणून ती त्याला आग्रह करायला लागली. पण तारापद तिच्या आग्रहाला बळी पडला नाही. एकंदरीत पाहता तो मुलगा आपल्या मर्जीप्रमाणे वागणारा होता. पण त्याच्या वागणुकीत सहजता होती. त्यात दुराग्रह किंवा हट्टीपणा अजिबात नव्हता. तो लाजराही नव्हता.

सगळ्याचं जेवणखाण उरकल्यानंतर अन्नपूर्णेनं तारापदला जवळ बसवून घेतलं आणि त्याची विचारपूस केली. पण तिला फारशी माहिती मिळाली नाही. तारापद सात आठ वर्षांचा असतानाच घरातून पळाला होता, एवढंच तिला कळलं.

अन्नपूर्णेनं विचारलं, 'तुला आई नाही?'

'आहे की!'

'मग? तिला तू आवडत नाहीस?'

तारापदला हा प्रश्न विचित्रच वाटला असावा. तो हसून म्हणाला, 'का नाही आवडणार?'

'मग तू आईला सोडून घरातून का पळालास?'

'तिला आणखी चार मुलगे आणि तीन मुली आहेत.'

ह्या विलक्षण उत्तरानं अन्नपूर्णा थोडीशी दुखावली. ती म्हणाली, 'अगबाई! काय रे हे तुझं बोलणं तरी! हाताला पाच बोटं असतात म्हणून काय कोणी एखादं बोट कापून टाकतं!'

तारापदच्या वयाप्रमाणे त्याची हकिकत लहान होती. पण हा मुलगा अजब होता ह्यात शंकाच नाही. तो घरातला चौथा मुलगा होता. त्याचे वडील तो लहान असतानाच वारले होते. घरात मुलं बरीच होती. त्यात हा सर्वांचाच लाडका होता. आई, भाऊ, बहिणीच नव्हेत तर गावातल्या लोकांचीही त्याच्यावर मर्जी होती. शाळेत गुरूजी त्याला सहसा मारत नसत. पण कधी चूकून मारलंच तर घरातल्यांबरोबर गावातल्या लोकांनाही अतिशय वाईट वाटत असे. असं असताना त्यानं घर सोडून पळायचं काहीच कारण नव्हतं. तारापदच्या गावातच एक मुलगा होता. तो गावातल्या लोकांच्या बागेत शिरून चोऱ्या करायचा आणि हडकुळा असून चोरीच्या चौपट मार खायचा. त्याच्या आईच्या हातचा प्रसादही त्याला मिळायचा. त्यानं गाव सोडलं नाही आणि हा सर्वांना हवाहवासा वाटत

असूनही कुठल्या तरी जात्रावाल्यांबरोबर[१] बिनदिक्कत पळून गेला होता.

गावातल्या लोकांनी त्याला शोधून काढून घरी आणलं. आईनं त्याला छातीशी धरून आसवांनी न्हाऊ घातलं. बहिणींनाही रडू आवरलं नाही. त्याच्या थोरल्या भावानं, घरातला कर्ता पुरुष ह्या नात्यानं त्याला थोडी शिक्षा करायचा विचार केला. पण अखेर त्यानं तो विचार सोडून दिला. उलट पश्चात्तापापोटी त्यानं तारापदचे लाडच केले आणि त्याला बक्षिसही दिलं. गावातल्या बायकांनी त्याला आपल्या घरी बोलावून त्याचं कौतुक केलं. त्याला निरनिराळी आमिषं दाखवून अडकून ठेवण्याचा प्रयत्नही केला. पण त्याला कोणतंच बंधन– अगदी मायेचं बंधनही– मानवलं नाही. त्याचे ग्रहच असे होते की त्याला घरी राहवतच नव्हतं.

नदीतून जाणाऱ्या होड्या, गावातल्या मोठ्या पिंपळाखाली ठाण मांडून बसलेला परदेशी संन्यासी किंवा नदीकाठी पालं बांधण्यात गढून गेलेला लमाणांचा तांडा बघून अनोळखी जगातल्या स्नेहहीन स्वातंत्र्यासाठी त्याचं मन कासावीस होत असे. दोन-तीन वेळा तो घर सोडून निघून गेल्यावर त्याच्या घरच्यांनी आणि गावातल्या लोकांनी त्याची आशा सोडून दिली.

प्रथम तो एका जात्रादलात सामील झाला. त्याचा प्रमुख त्याच्यावर पोटच्या मुलाप्रमाणे प्रेम करायचा. त्या दलातल्या सर्वांचाच तो लाडका होता. ज्या घरी जात्रा व्हायची त्या घरचे यजमान आणि गावातली बायकामाणसं त्याला पुन्हा पुन्हा बोलावून त्याचं कौतुक करत. हे पाहून एके दिवशी कोणालाही न सांगता, तो ते दल सोडून निघून गेला.

तारापद हा हरणाच्या पाडसासारखा होता. त्याला कुठलंही बंधन मानवत नसे आणि हरणासारखाच संगीतवेडा होता. जात्रेतल्या गाण्यानंच त्याला प्रथम घर सोडायला लावलं होतं. सुराबरोबर त्याची नस-न्-नस नाचायला लागायची. अंगप्रत्यांग डोलायला लागायचं. तो अगदी लहान असतानाही मैफलीत देहभान विसरून जाणत्या प्रौढ माणसासारखा डोलायला लागला की मोठ्यांनाही हसू आवरायचं नाही. नुसतं गाणंच नव्हे तर डेरेदार वृक्षावर पडणाऱ्या श्रावणसरी, ढगांचा गडगडाट आणि राक्षसाच्या अनाथ बालकाच्या भेसूर रडण्यासारखा जंगलात घोंघावणारा वारा ह्या गोष्टींमुळेही त्याचं मन मनसोक्त भिरभिरायला लागायचं. दुपारी निवांत वेळी ऐकू येणारी घारीची शीळ, पावसाळी संध्याकाळी बेडकांचं डराव डराव, मध्यरात्रीची कोल्हेकुई त्याला बैचेन करत असे. गाण्याच्या वेडापायी तो एका पांचाली[२] दलात सामील झाला. त्या दलातील म्होरक्यानं त्याला गाणं शिकवण्याचा चंग बांधला, त्याच्याकडून पांचाली पाठ करून घ्यायला सुरुवात केली. म्होरक्या त्याला आपल्या छातीच्या पिंजऱ्यातल्या पक्ष्याप्रमाणे

जपू लागला, त्याच्यावर प्रेम करू लागला. पण काही दिवसांतच पक्षी पिंजऱ्यातून उडून गेला.

शेवटी तो एका कसरतवाल्यांच्या टोळीत गेला. ज्येष्ठाच्या शेवटी शेवटी जत्रांना सुरुवात व्हायची. त्या आषाढ संपेपर्यंत चालायच्या. त्यासाठी जात्रा, पांचाली कवी, नर्तक आणि नाना प्रकारच्या वस्तू विकण्यासाठी दुकानदार होड्यांतून ये-जा करत, एका ठिकाणची जत्रा संपली की दुसरीकडे जात. मागच्या वर्षापासून ह्या अशा जत्रांत कलकत्त्यातील काही कसरतवालेही यायला लागले होते. तारापद आधी दुकानदारांबरोबर गेला. पानपट्टी विकायची जबाबदारी त्याच्याकडे सोपविण्यात आली होती. पण त्याच्या स्वभावानुसार त्याचं लक्ष कसरतवाल्यांकडे गेलं. त्यांच्या नैपुण्यामुळे तो त्यांच्याकडे आकृष्ट झाला. तारापद स्वत:च सराव करत करत बासरी वाजवायला शिकला होता. कसरतीचा खेळ चालू असताना बासरीवर त्याला द्रुत लयीत लखनवी ठुमरी वाजवावी लागायची. हेच त्याचं एकमेव काम होतं. पण इथंही तो टिकला नाही.

नंदीग्रामच्या जमीनदारांनी एक हौशी जात्रादल स्थापन केल्याचं ऐकताच तारापद त्याचं छोटंसं बोचकं काखोटीला मारून नंदीग्रामकडे निघाला होता. ह्याच वेळी त्याची आणि मोतीबाबूंची गाठ पडली.

तारापद एकामागून एक असं करत नाना प्रकारच्या दलात सामील झाला असला तरी तो कोणत्याच दलात गुंतून पडला नव्हता. त्याच्या कल्पक स्वभावाला अनुसरूनच हे त्याचं वागणं होतं. मनानं तो पूर्णपणे मुक्त आणि स्वतंत्र होता. जगातल्या वाईट गोष्टी तो नेहमी ऐकत आला होता आणि अनिष्ट गोष्टीही त्यानं पाहिल्या होत्या. पण त्यांचा त्याच्या मनावर तीळभरही परिणाम झाला नव्हता. कशातही त्याचं मन अडकलं नव्हतं. त्याला जशी इतर बंधनं मानवत नव्हती तसं सवयीचं बंधनही मानवण्यासारखं नव्हतं. राजहंसाला पाण्यावर तरंगताना ज्याप्रमाणे पाण्यातल्या चिखलाचा स्पर्श होत नाही त्याचप्रमाणे ह्या मुलाला जगातला चिखल स्पर्श करू शकत नव्हता. कुतूहलानं त्यानं बुड्या मारल्या तरी त्याचे पंख भिजत नसत वा मलिन होत नसत. ह्यामुळेच घर सोडून पळालेल्या ह्या मुलाच्या चेहेऱ्यावर एक स्वाभाविक पवित्र प्रसन्नता नित्य विलसत असे. त्याच्या चेहेऱ्यावरच्या ह्या प्रसन्नतेमुळेच अनुभवी व श्रीमंत मोतीलालबाबूंनी कोणताही प्रश्न न विचारता नि:संदेहपणे आणि अतिशय प्रेमानं त्याला आपल्यापाशी ठेवून घेतलं.

भोजनानंतर नाव हाकारली गेली. अन्नपूर्णा अतिशय मायेनं त्या ब्राह्मण मुलाच्या घरची विचारपूस करायला लागताच; घराबद्दल, नातेवाईकांबद्दल थोडक्यात माहिती देऊन तारापद खोलीतून बाहेर आला. बाहेर येताच त्याला सुटका झाली म्हणून बरं वाटलं. समोर नदी दुथडी भरून वाहत होती. पावसाळ्याचे दिवस

होते. त्या नदीची बेभान, बेफाम चंचलता निसर्गमातेला काळजीत टाकत होती. आकाश निरभ्र होतं. नदीकाठच्या गवतावर आणि त्या पलीकडच्या जरा उंचावर असलेल्या दाट आणि पोसलेल्या ऊसाच्या शेतावर उन्हाची तिरीप पडली होती. दूरवर असलेल्या रानाची कड निळी दिसत होती. ह्या समग्र दृश्याला परिकथेतील सोन्याच्या काठीचा स्पर्श झालाय, नुकत्याच उमललेल्या सौंदर्यानं ते खुललंय असंच नि:स्तब्ध निळ्या आकाशाच्या मुग्ध दृष्टीला वाटत असावं. सारंच जिवंत, चैतन्यानं मुसमुसलेलं, विकसित, प्रकाशानं उजळलेलं, नवीनतेनं चकाकणारं, समृद्धतेनं भरलेलं वाटत होतं.

तारापदनं नावेच्या खोलीच्या छतावर शिडाच्या सावलीत मुक्काम ठोकला. त्यामुळे उतरती हिरवी रानं, पाण्यानं भरलेली तागाची शेतं, गडद हिरव्या रंगाची वाऱ्यावर झोके घेणारी भाताची रोपं, घाटावरून गावाकडे जाणारी चिंचोळी वाट, घनदाट झाडीनं वेढलेलं गावं हे सगळं अगदी सहजपणे त्याला दिसायला लागलं. हे पाणी, जमीन, आकाश, चारी बाजूला दिसून येणारं चैतन्य, जिवंतपणा, नाद, विश्वाची प्रचंड व्याप्ती, त्यातील वैचित्र्य आणि अलिप्त सुदूरता, हे विस्तृत, शाश्वत, निश्चल, नि:शब्द जग ह्याबद्दल ह्या तरुण मुलाला नेहमीच आपुलकी वाटायची. पण तरीही हे जग ह्या चंचल बालकाला क्षणभरसुद्धा आपल्या स्नेहबंधनात बांधून ठेवू शकत नव्हतं. नदीकाठी वासरं शेपट्या वर करून पळत होती. गावठी तट्टाच्या दोन पायांना दोरी बांधली होती. चरता चरता ते पाय झाडत होतं. मासेमारीसाठी लावलेल्या जाळ्याच्या काठीवरून झपकन् झेप घेऊन खंड्या मासोळ्या गट्ट करत होत्या. मुलं पाण्यात मस्ती करत होती. गावातल्या बायका मोठ्यानं हसत आणि मोकळेपणानं गप्पा मारत कपडे धूत होत्या. कमर कसून कोळणी कोळ्यांकडून मासे घेऊन आपल्या टोपल्यात भरत होत्या. हे दृश्य तो नवीनच पाहत असल्याप्रमाणे कुतूहलानं पाहत होता आणि तरीही त्याचं समाधान होत नव्हतं.

नावेच्या छतावरून तारापदनं डोलकऱ्याशी गप्पा मारल्या, गरज वाटली तेव्हा सुकाणू धरलं, नावाड्यांना तंबाखू खायची हुक्की आली तेव्हा नाव वल्हवायलाही तो पुढे झाला, शिडाची दिशा बदलली. नावेवरची ही सर्व कामं त्यानं अगदी सफाईनं केली.

उन्हं उतरायला लागताच अन्नपूर्णेनं तारापदला हाक मारून विचारलं की रात्री त्याला जेवायला काय हवं.

'जे असेल ते. रोज रात्री जेवतो असंही नाही.' तारापदनं उत्तर दिलं.

ह्या सुंदर मुलाला तिच्या पाहुणचाराबद्दल फारसं कौतुक नाही, हे पाहून अन्नपूर्णेला थोडं वाईट वाटलं. घर सोडून आलेल्या ह्या मुलाला खायला प्यायला

देऊन तृप्त करावं असं तिला मनापासून वाटत होतं पण त्याला कसं संतुष्ट करावं हेच तिला समजत नव्हतं. अन्नपूर्णेनं घाईगडबडीनं नोकराला पाठवून गावातून दूध व गोडधोड आणलं. तारापद त्याच्या भुकेप्रमाणे जेवला पण त्यानं दुधाला हात लावला नाही. मोतीलालबाबू तसे स्वभावानं अबोलच. तरीही त्यांनी तारापदला दूध प्यायचा आग्रह केला. तेव्हा तो एवढंच म्हणाला, 'मला आवडत नाही.'

असेच दोन-तीन दिवस सरले. तारापद स्वयंपाकापासून बाजारहाट करण्यापर्यंत सर्व कामं करायचा. नाव वल्हवण्यातही तो पुढाकार घ्यायचा. काम कोणतंही असो, तो अगदी मनापासून तत्परतेनं ते करायचा. कोणतंही दृश्य त्याच्या नजरेत कुतूहल जागं करायला पुरेसं असे आणि समोर दिसणारं कोणतंही काम करायला तो उत्सुक असे. त्याच्या दृष्टीला, मनाला आणि हाताला थांबणं माहीतच नव्हतं. म्हणूनच तो चैतन्यशील निसर्गाप्रमाणे सदोदित निश्चिंत उदासीन असून कार्यरत होता. प्रत्येकजण आपल्या मातीला चिकटून असतो. तारापद मात्र ह्या अनंत निळ्याभोर विश्वप्रवाहातला आनंदानं उचंबळणारा तरंग होता. भूत-भविष्याशी त्याचा काहीही संबंध नव्हता. समोर चालत राहणं हेच त्याचं एकमेव काम.

अनेक लोकांच्यात राहिल्यानं त्याला करमणुकीच्या अनेक कला यायला लागल्या होत्या. कुठल्याही प्रकारच्या काळजीचा स्पर्श त्याच्या मनाला होत नसल्यामुळे त्याच्या स्वच्छ स्मृतिपटावर सगळ्याच गोष्टी आश्चर्यकारकरीतीनं व अगदी सहजपणे ठसत. पांचाली कथकता[३], कीर्तनं, जात्रागानातील काही भाग अगदी त्याच्या ओठावर होता. मोतीलालबाबू त्यांच्या नेहमीच्या प्रथेप्रमाणे आपल्या मुलीला व पत्नीला रामायण वाचून दाखवत होते. लवकुशाच्या गोष्टीचा आरंभ होताच, न राहून तारापद छतावरून मोठ्या उत्साहानं खाली येऊन म्हणाला, 'तो ग्रंथ राहू द्या. मी लवकुशाचं गाणं म्हणून दाखवतो.' असं म्हणून त्यानं लवकुशाची पांचाली म्हणायला सुरुवात केली.

बासरीसारख्या मंजुळ आवाजात तो दासूरायचं अनुप्रासयुक्त काव्य जलद गतीनं म्हणायला लागताच नावाडीसुद्धा दारात येऊन उभे राहिले. हास्य, करुणा ह्यांनी भरलेला संगीताचा रसस्रोत नदीकाठच्या संध्याकाशात वाहू लागला. दोन्ही निःस्तब्ध काठ कुतूहलानं पाह्यला लागले. शेजारून जाणाऱ्या नावातील प्रवासी आश्चर्यानं कान देऊन ऐकायला लागले. जेव्हा तो थांबला तेव्हा गाणं फार लवकर संपलं असंच सगळ्यांना वाटलं.

अन्नपूर्णेच्या डोळ्यांत पाणी होतं. ह्या पोराला जवळ घेऊन कुरवाळावं असं तिला तीव्रतेनं वाटलं. 'ह्या मुलाला जवळ ठेवता आलं तर मुलगा नसल्याचं दुःख दूर होईल,' असं मोतीलालबाबूंच्या मनात आलं. फक्त लहानगी चारुशशी रागानं आणि मत्सरानं धुमसत होती.

चारुशशी आईवडलांची एकुलती एक मुलगी होती. आईवडलांच्या प्रेमावर फक्त तिचाच अधिकार होता. ती अतिशय लहरी आणि हट्टी होती. खाणंपिणं कपडालत्ता, वेणीफणी ह्याबद्दल तिची स्वत:ची मतं होती. अर्थात ही मतं सतत बदलत. एखादं आमंत्रण आलं की ही पोरगी काही भलताच हट्ट धरून तर बसणार नाही ना, अशी तिच्या आईला भीती वाटत असे. एखाद्या वेळी तिच्या मनासारखी वेणी जमली नाही तर मग दिवसभर कितीही वेळा आणि कशीही वेणी घातली तरी तिच्या मनासच येत नसे. अखेर रडारड ठरलेलीच. प्रत्येक बाबतीत असंच. पण जेव्हा तिचं मन खुशीत असे तेव्हा मात्र असं काही घडत नसे, उलट आईबद्दल तिचं प्रेम उफाळून येत असे. आईला बिलगून तिचे मुके घेऊन ती तिला गुदमरून टाकत असे. मग तिचं हसणं आणि बडबड पाहूनच घ्यावी. ही एवढीशी पोरगी म्हणजे तिच्या आईवडलांना एक कोडंच होऊन बसली होती.

ही हट्टी मुलगी आपल्या मनातला राग आणि मत्सर तारापदवर मनातल्या मनात ओतून धुमसायला लागली. आईवडलांनाही तिनं सतावून सोडलं. जेवायला बसताच रडत रडत ती समोरचं ताट भिरकावयाला लागली. का? तर स्वयंपाक चांगला झाला नाही म्हणून. दासीला मारणं, सतत प्रत्येक गोष्टीची तक्रार करणं हे नेहमीचचं झालं. तारापद सगळ्यांची करमणूक करायला लागला तसतसा हिचा रागाचा पारा चढायला लागला. तारापदचे गुण मानायला तिचं मन तयार नव्हतं. पण त्याचे गुण नाकारता येत नाहीत असं दिसताच ती चिडायला लागली. तारापदचं लवकुशाचं गाणं ऐकल्यावर अन्नपूर्णेच्या मनात आलं की गाण्यानं रानावनातले पशुपक्षी भुलतात, आज माझ्या पोरीचं मन विरघळलेलं दिसतंय. तिनं विचारलं, 'काय चारू, कसं वाटलं गाणं?'

तिनं काहीही उत्तर न देता फक्त जोरात मान हलवली. ह्याचा अर्थ होता– 'अजिबात आवडलं नाही आणि कधी आवडणं शक्यही नाही.'

चारूला तारापदचा द्वेष वाटतोय हे लक्षात येताच तिच्या आईनं तिच्या समोर तारापदचं कौतुक करण्याचा विचार सोडून दिला.

रात्री लवकर जेवून चारू झोपायला जायची. तेव्हा मात्र अन्नपूर्णा नावेच्या खोलीच्या दारात बसून तारापदचं गाणं ऐकायची. तारापद आणि मोतीलालबाबू खोलीबाहेर मोकळ्या जागेत बसायचे, त्याच्या गाण्यानं नदीकाठची श्रांत रमणीय गावं गाढ काळोखात मुग्ध, नि:स्तब्ध व्हायची, अन्नपूर्णेचं मन प्रेम आणि सौंदर्य ह्यांनी उचंबळून यायचं. नेमकी तेव्हाच चारू पाय आपटीत तिथं यायची आणि रागानं फणफणायची, 'आई, काय गडबड मांडलीय! मला अजिबात झोप येत नाहीय.'

आपले आईवडील आपल्याला झोपायला पाठवून तारापदला जवळ घेऊन

बसतात आणि त्याच्या गाण्याचं कौतुक करतात हे तिला अजिबात सहन होत नसे. ह्या काळ्याभोर तेजस्वी डोळ्यांच्या मुलीला पटकन् येणारा राग पाहून तारापदला खूप गंमत वाटायची. त्यानं गोष्टी सांगून, गाणं म्हणून, बासरी वाजवून तिला वश करण्याचा खूप प्रयत्न केला. पण त्याला काही यश आलं नाही. असं असलं तरी तारापद मध्यान्ही जेव्हा नदीत आंघोळ करायचा तेव्हा मात्र तिला त्याच्याकडे बघितल्याशिवाय राहावयाचं नाही. त्याचं गोरं सडपातळ शरीर पाण्यात अगदी सहजतेनं निरनिराळ्या हालचाली करत मजेत तरंगायचं तेव्हा तिला तो जलदेवासारखा भासायचा. ती त्याच्याकडे कुतूहलानं पाहत राह्यची. त्याच्या पोहोण्याची वाट पाह्यची पण बाहेरून तसं दिसू द्यायची नाही. अभिनयाचं शिक्षण न घेतलेली ही अभिनेत्री लोकरीचा गळपट्टा विणत असल्याचं ढोंग करत चोरट्या नजरेनं तारापदचं पोहोणं पाहत राह्यची.

नंदीग्राम केव्हा मागे पडलं हे तारापदला कळलंच नाही. ही मोठी नाव अत्यंत सावकाश मार्ग आक्रमित होती. कधी शीड उभारून तर कधी सुकाणूची दोरी ओढून नद्या-नद्यांतून तिचा प्रवास चालला होता. नावेतल्या प्रवाशांचे दिवसही नद्या-उपनद्यांप्रमाणे शांतपणे, सौंदर्याच्या विविध छटा पाहत अत्यंत संथपणे, मृदु व गोड कलखात सरत होते. कोणालाच कसली घाई नव्हती. दुपारच्या आंघोळीला आणि जेवणालाही उशीर व्हायचा. संध्याकाळ होते न होते तोच एखाद्या गावाच्या काठाला, रातकिड्यांच्या किरकिराटानं आणि काजव्यांच्या चमचमाटानं भरलेल्या रानाच्या मागे नाव नांगर टाकायची.

असं करत करत दहा-एक दिवसानंतर नाव काठालियाला पोहोचली. गावचे जमीनदारबाबू परत आले हे कळताच पालखी आणि तट्टं घेऊन जमीनदारबाबूंचे पाईक-बरकंदाज हजर झाले. त्यांनी हवेत गोळीबार करताच घाबरलेल्या कावळ्यांनी जोरजोरात कावकाव सुरू केली.

हे सगळं चालू असताना तारापद नावेतून उतरला आणि त्यानं एकदा सगळं गाव पालथं घातलं. गावातल्या कोणाला दादा, कोणाला काका तर कोणाला मावशी म्हणत गावाशी मैत्री करून टाकली. ह्या मुलाला कोणतंच बंधन नसल्यामुळे तो फार लवकर आणि अगदी सहजपणे सगळ्यांची ओळख करून घ्यायचा. पाहता पाहता काही दिवसांतच त्यानं गावातल्या सर्वांची मनं जिंकली.

तारापदनं अगदी चटकन् लोकांची मनं काबीज केली. ह्याचं कारण तो ज्याच्या त्याच्या स्वभावाला अनुसरून वागायचा. कुठल्याही एका संस्काराला बांधला नसल्यानं कुठल्याही परिस्थितीत तो सहज रुळायचा. कुठलंही काम करायला तो तयार असायचा. लहान मुलांबरोबर तो लहान व्हायचा. पण आपलं वय आणि स्वातंत्र्य विसरायचा नाही. मोठ्यांबरोबर वागताना आपण लहान नाही

आणि त्यांच्याइतके मोठेही नाही हे तो विसरायचा नाही. धनगराबरोबर तो धनगर असायचा तरीही आपण ब्राह्मण आहोत ह्याचा विसर त्याला पडायचा नाही. सगळ्यांच्या कामात तो हातभार लावयाचा. अगदी सवय असल्याप्रमाणे काम करायचा. त्याच्याशी गप्पा मारत मारता हलवाई म्हणायचा, 'दादाठाकूर, जरा बसा ना! हा आलोच.'

मग तारापद आनंदानं दुकानात बसून शालाच्या पानानं संदेशावर बसलेल्या माशा हाकलायचा. मिठाई बनवण्यातही तो पटाईत होता. त्यातील काही खाचाखोचाही त्याला माहीत होत्या. कुंभाराचं चाक फिरवणंही त्याला नवीन नव्हतं.

सगळं गाव त्यानं जिंकलं असलं तरी एका मुलीच्या मनातला मत्सर तो दूर करू शकला नव्हता. त्या मुलीला तो कुठंतरी दूर निघून जावा असं वाटत होतं. हे माहीत असल्यामुळेच बहुधा तो ह्या गावात इतके दिवस टिकला होता.

मुलगी लहान असेना का पण स्त्रीचं अंतरातलं गूढ उकलणं किती कठीण आहे ह्याचं चारू ही उत्तम उदाहरण होती.

स्वयंपाकीणबाईंची सोनामणी ही मुलगी. ती वयाच्या पाचव्या वर्षीच विधवा झाली होती. ती चारूच्या बरोबरीची होती. तिला बरं नसल्यामुळे परत आलेल्या आपल्या सखीला भेटायला ती येऊ शकली नव्हती. बरं वाटल्यावर ती चारूला भेटायला आली. पण कारण नसतानाच त्या दोघींचं बिनसलं.

चारूनं तपशीलवार हकिकत सांगायला सुरुवात केली. तिला वाटलं की नव्यानंच सापडलेल्या तारापद ह्या परमरत्नाचं वर्णन करून ती तिच्या सखीला आश्चर्याचा धक्का देईल. पण जेव्हा तिला कळलं की सोनमणीशी तारापदची ओळख झालीय, एवढचं नाही तर तो सोनामणीच्या आईला 'मावशी' म्हणतो व सोनामणी त्याला 'दादा' म्हणते, तारापदनं तिला आणि तिच्या आईला नुसती बासरी ऐकवली नाही तर सोनामणीच्या मागणीप्रमाणे तिला एक बासरी तयार करून दिलीय, त्यानं तिला बरेचवेळा उंच फांदीवरची फळं आणि काटेरी झाडावरची फुलं काढून दिलीत, तेव्हा चारूच्या अंत:करणात जणू तापलेला शूळ शिरला. इतके दिवस तिला वाटत होतं की तारापद हा फक्त त्यांचा आहे. इतरांना त्याच्याबद्दल थोडफार कळलं तर चालेल पण ते त्याच्या जवळ फिरकता कामा नयेत. दुरूनच त्यांनी त्याच्या रूपागुणावर भाळावं आणि चारूच्या घरच्यांना धन्यवाद द्यावेत. हा विलक्षण, अलौकिक, देवदुर्लभ असा ब्राह्मण मुलगा सोनामणीला सहजासहजी कसा भेटला? आम्ही जर त्याला खटपट करून आणलं नसतं, त्याची काळजी घेतली नसती, त्याला आमच्याजवळ ठेवून घेतलं नसतं तर सोनामणीला तो दिसला तरी असता का? म्हणे सोनामणीचा दादा! चारूचा अगदी संताप झाला.

ज्या तारापदचा चारू मनोमन मत्सर करत होती त्याच्यावर फक्त आपल्या

एकटीचा अधिकार गाजवण्याची इच्छा तिला का व्हावी? –कोणाला देता येणार आहे ह्याचं उत्तर!

त्याच दिवशी आणखी एका क्षुल्लक कारणावरून चारूचं सोनामणीशी भांडण झालं. चारू तारापदच्या खोलीत गेली आणि तिनं त्याची आवडती बासरी तोडून टाकली.

चारू ह्या भयंकर विध्वंसाच्या कार्यात मग्न असताना तारापद तिथं आला. चारूचा रणचंडीचा अवतार बघून तो चकित झाला. त्यानं विचारलं, 'चारू, माझी बासरी का मोडून टाकलीस?'

चारू रागानं लाल झालेले डोळे फिरवत म्हणाली, 'बरं झालं. असंच पाहिजे.' असं म्हणत तिनं मोडलेल्या बासरीवर दोन-तीन लाथा मारल्या. आणि हमसून रडत रडत ती त्याच्या खोलीतून बाहेर पडली. तारापदनं बासरी उचलून पाहिली, उलटसुलट करून निरखली. आता तिचा काहीच उपयोग नव्हता. त्याच्या जुन्यापुराण्या निरपराध बासरीला झालेली शिक्षा पाहून त्याला हसू आवरलं नाही. दिवसागणिक त्याचं चारुशशीबद्दलचं कुतूहल वाढायला लागलं.

त्याला आणखी एका गोष्टीबद्दल कुतूहल वाटायचं. ती गोष्ट म्हणजे मोतीलालबाबूंच्या लायब्ररीतील चित्रं असलेली इंग्रजी पुस्तकं. बाहेरच्या जगाशी त्याची चांगली ओळख झाली होती. पण ह्या चित्रांच्या जगात प्रवेश करणं त्याला कठीण जात होतं. तो कल्पनेनं त्यात शिरायला बघत होता. पण त्यानं त्याचं समाधान होत नव्हतं.

चित्रांबद्दल त्याला वाटणारं कुतूहल पाहून, एके दिवशी मोतीलालबाबूंनी त्याला विचारलं, 'इंग्रजी शिकायचंय? इंग्रजी शिकलास तर तुला ह्या सगळ्या चित्रांचा अर्थ कळेल.'

'हो, शिकायचंय.' तारापदनं क्षणाचाही विलंब न लावता उत्तर दिलं.

मोतीलालबाबू खूष झाले. त्यांनी गावातल्या एन्ट्रन्स स्कूलच्या हेडमास्तरांवर ही कामगिरी सोपवली. रामरतनबाबू रोज संध्याकाळी त्याला इंग्रजी शिकवायला लागले.

तारापदनं अगदी मन लावून इंग्रजी शिकायला सुरुवात केली. त्याची स्मरणशक्ती फार चांगली होती. आता तो जणू एका नव्या राज्याच्या सफरीवर निघाला होता. जुन्या जगाशी त्यानं जणू संबंध तोडून टाकले. गावातल्या लोकांना आता तो भेटेनासा झाला. संध्याकाळच्या आधी निर्जन नदीकाठी वेगानं फेऱ्या मारत जेव्हा तो पाठांतर करायचा तेव्हा त्याचे लहान भक्त खिन्नपणे त्याला दुरूनच न्याहाळायचे. त्याच्या अभ्यासात व्यत्यय आणण्याचं धाडस ते करत नसत.

हल्ली चारूलाही तारापद विशेष भेटत नसे. पूर्वी तो अन्नपूर्णेच्या ममतेनं भरलेल्या नजरेखाली अंत:पुरातच जेवायचा. पण आजकाल मधून मधून त्याला घरी यायला उशीर होत असल्यानं मोतीबाबूंच्या परवानगीनं त्यानं आपल्या जेवणाची बाहेरच व्यवस्था करून घेतली होती. ह्याबद्दल अन्नपूर्णेनं नाराजी दाखवली होती. तिला वाईटही वाटलं होतं. पण मोतीलालबाबू ह्या मुलाचा शिकण्याचा उत्साह पाहून अत्यंत संतुष्ट झाले होते. म्हणून त्याचं म्हणणं त्यानी लगेच मान्य केलं होतं.

आता अचानक चारूनंही इंग्रजी शिकण्याचा हट्ट धरला. तिच्या आईवडलांनी मुलीची लहर समजून ती हसण्यावारी उडवून लावली. पण चारूनं रडूनओरडून घर डोक्यावर घेतलं. अखेर एकुलत्या एका मुलीच्या प्रेमापोटी त्यांना तिच्या हट्टापुढे नमतं घ्यावचं लागलं. चारू तारापदबरोबरच मास्तरांजवळ इंग्रजी शिकायला लागली.

पण ह्या चंचल मनाच्या मुलीचं चित्त अभ्यासात रमणं शक्यच नव्हतं. ती स्वत: तर काही शिकत नव्हतीच पण तारापदच्या शिकण्यात अडथळा आणत होती. ती अभ्यासात मागे पडायचीच, शिकवलेलं पाठ करायची नाही मात्र तारापदनं पुढे जाणंही तिला सहन व्हायचं नाही. तारापदनं तिच्या पुढे जाऊन नवा धडा शिकला तर ती अतिशय संतापायची, रडारड करायची. तारापदनं एक पुस्तक संपवून नवीन पुस्तक विकत घेतलं तर तिलाही नवीन पुस्तक घेऊन द्यावं लागायचं. सवड मिळताच तो आपल्या खोलीत बसून अभ्यास करायचा. हेही त्या द्वेष्ट्या मुलीला सहन व्हायचं नाही. ती हळूच त्याच्या वहीवर शाई ओतून ठेवायची; लेखणी लपवून ठेवायची, एवढंच नाही तर पुस्तकातला जो धडा तो वाचत असेल तो फाडून टाकायची. ह्या मुलीचा त्रास तारापद हसत सहन करायचा, फारच झालं तर हात उगारायचा पण तो तिला कधीही शिक्षा करत नसे.

सुदैवानं एके दिवशी प्रश्न आपोआपच सुटला. चारूनं वहीवर शाई ओतल्याचं पाहून तारापद चिडला आणि त्यानं वही फाडून फेकून दिली. मग अगदी गंभीर होऊन तो बसून राहिला. चारू त्याच्या दारापाशी आली. तिला वाटलं की आज नक्कीच मार खावा लागणार. पण वाटलं होतं तसं काहीच घडलं नाही. तारापद काही न बोलता अगदी गप्प बसून राहिला. चारू त्याच्या अवतीभोवती घोटाळली. ती त्याच्या इतकी जवळ गेली की त्यानं मनात आणलं असतं तर सहज तिला एक धपाटा मारता आला असता. पण तो नुसता गंभीर चेहरा करून बसला. त्यामुळे चारूला काय करावं ते सुचेना. ती अडचणीत सापडली. क्षमा कशी मागतात ते तर तिला ठाऊकच नव्हतं. पण पश्चात्तापानं तिचा एवढासा जीव व्याकुळ झाला. तिला त्याची मनापासून क्षमा मागावयाची होती. अखेर काहीच मार्ग दिसेना तेव्हा फाडलेल्या एका कोऱ्या कागदावर मोठ्या मोठ्या अक्षरात तिनं

लिहिलं, 'मी पुन्हा कधीही वहीवर शाई ओतणार नाही.' हे तिनं तारापदच्या जवळ बसूनच लिहिलं होतं. पण तारापदनं तिच्या लिहिण्याकडे लक्ष दिलेलं नाही हे लक्षात येताच नाना प्रकारे ती त्याचं लक्ष त्या कागदाकडे वळवायचा प्रयत्न करायला लागली. तिची ती धडपड बघून तो हसताच ती लाजून आणि रागावून तिथून बाहेर पळाली. ज्या कागदावर तिनं आपल्या चुकीची कबुली लिहून दिली होती तो कागद काळाच्या पडद्याआड गेल्याशिवाय, तो कपटा जगातून नाहीसा झाल्याशिवाय तिचं मन शांत होणार नव्हतं.

सोनामणी बिचकत बिचकत दोन एक दिवस त्यांच्या अभ्यासाच्या खोलीत हळूच डोकावून गेली. इतर सगळ्या गोष्टींबाबत ती चारूशी मनमोकळेपणे बोलत असे. पण तारापदबद्दल बोलताना ती घाबरायची. चारूला काय वाटेल ह्याबद्दल ती साशंक असायची. चारू जेव्हा अंत:पुरात असायची तेव्हा संधी साधून ती संकोचत खोलीच्या दारापाशी हळूच येऊन उभी राह्यची. तारापद डोकं वर करून तिला अत्यंत प्रेमानं विचारायचा, 'काय ग सोना? काय म्हणतेस? मावशी कशी आहे?'

सोनामणी उत्तर द्यायची, 'किती दिवसात आला नाहीस, दादा! आईनं तुला एकदा जेवायला बोलावलंय. आईची कंबर दुखतेय. नाहीतर तीच आली असती.'

नेमकी ह्याच वेळेला तिथं चारू अचानक येऊन उभी राह्यची. सोनामणी गोंधळून जायची. जणू काही ती लपूनछपून चारूचं बहुमोल धनच चोरायला आली होती! चारू तिचा स्वर सप्तमात चढवून डोळे गरगर फिरवत विचारायची, 'काय ग सोना, अभ्यासाच्या खोलीत गोंधळ करायला आलीस वाटतं? थांब. बाबांनाच सांगते.' जणू काही तारापदचं पालकत्व तिच्याच शिरावर होतं. त्याच्या अभ्यासात एवढीसुद्धा बाधा येऊ नये म्हणून रात्रंदिवस ती लक्ष ठेवून होती. पण अवेळी ती तिथं कुठल्या हेतूनं आली होती हे एक देवाला ठाऊक होतं आणि दुसरं तारापदला. सोनामणी मात्र घाबरून काही कैफियत द्यायला लागली की चारू तिरस्कारानं तिला खोटारडी म्हणायची. मग बिचारी सोनामणी ओशाळून हिरमुसली होऊन परत फिरायची. तिचं उतरलेलं तोंड पाहून मायाळू तारापद तिला म्हणायचा, 'सोना, आज संध्याकाळी येतो हं मी तुझ्या घरी!'

त्याचं हे बोलणं ऐकताच चारू फुत्कारायची, 'जाणारच तू! मग अभ्यास कोण करणार? मी मास्तरांना सांगू का?'

चारूच्या शिक्षेला न घाबरता, तारापद एक दोन वेळा संध्याकाळचा सोनाकडे गेलाही. पण नंतर चारूनं फक्त दम न देता कृतीच केली. हळूच बाहेरून तिनं त्याच्या खोलीला कडी तर घातलीच. शिवाय आईच्या मसाल्याच्या

पेटीचं कुलूप काढून आणून त्याच्या खोलीला लावलं आणि त्याला आत कोंडून टाकलं. त्याला रात्रीपर्यंत असं कोंडून ठेवून जेवणाच्या वेळीच कुलूप काढलं. तारापद चिडला. तो तिच्याशी बोलला नाही आणि जेवायलाही गेला नाही. तेव्हा चारूनं हातापाया पडून त्याची क्षमा मागितली. 'मी पाया पडते. पुन्हा मी असं करणार नाही. चल जेवायला चल.'

तिच्या ह्या बोलण्याकडेही तारापदनं दुर्लक्ष केलं. तेव्हा तिनं रडायला सुरुवात केली. मग मात्र तारापदचा नाइलाज झाला.

चारूनं पुष्कळ वेळा मनापासून प्रतिज्ञा केली की तारापदशी चांगलं वागायचं. त्याला कधीही थोडासुद्धा त्रास द्यायचा नाही. पण सोनामणीसारखं कोणी मध्येच आलं की तिची मिजास बिघडायची. ती वरून वरून काही दिवस चांगली वागली की एका प्रचंड वादळाच्या शंकेनं तो सावध होत असे. आक्रमण कुठून कसं आणि केव्हा येईल काही सांगता यायचं नाही. मग तुफान, प्रचंड अश्रूवर्षाव आणि नंतर सगळं शांत, प्रसन्न.

अशीच दोन वर्षं उलटली. एवढा दीर्घ काळ तारापद कधीच कुठंच राहिला नव्हता. बहुधा शिकण्याचं आकर्षण फार मोठं होतं. त्यानंच त्याला एका जागी बांधून ठेवलं होतं किंवा वाढत्या वयाबरोबर त्याच्या स्वभावातही बदल झाला असावा, एकाच ठिकाणी राहून सुखासमाधानात आयुष्य घालवावं असंही त्याला वाटायला लागलं असावं अथवा त्याच्याबरोबर शिकणाऱ्या त्या मुलीच्या नेहमीच्या खट्याळपणातील सौंदर्यानं त्याच्या मनावर मोहिनी घातली असावी.

चारूही आता अकरा वर्षांची झाली होती. मोतीलालबाबूंनी लेकीसाठी निवडक अशी दोन-तीन स्थळं हेरून ठेवली होती. मुलगी आता लग्नाला आली म्हणून तिचं इंग्रजी शिकणं आणि बाहेर फिरणंही त्यांनी बंद केलं होतं. ह्या अचानक घातल्या गेलेल्या बंधनामुळे चारूनं घरात चांगलाच गोंधळ घातला.

अखेर एके दिवशी अन्नपूर्णा मोतीलालबाबूंना म्हणाली, 'स्थळासाठी एवढी धावाधाव कशाला करता? तारापद तर चांगला मुलगा आहे. आणि मुख्य म्हणजे तुमच्या मुलीलाही तो पसंत आहे.'

हे ऐकून मोतीलालबाबू चकित झाले. म्हणाले, 'असं कधी झालंय! तारापदच्या कुळाशीलाचा काही पत्ता नाही. आपली एकुलती एक मुलगी! ती चांगल्या घरी पडावी असंच मला वाटतं.'

एके दिवशी रायडांग्याच्या बाबूंकडचे मुलीला पाह्यला आले. चारूला नटवून सजवून त्यांच्या समोर आणण्यासाठी सगळ्यांनी खूप आटापिटा केला. पण ती तिच्या खोलीचं दार बंद करून बसून राहिली. बाहेर आलीच नाही. मोतीलालबाबूंनी बाहेरून आधी समजावून सांगितलं, नंतर दम दिला. कशाचाही तिच्यावर परिणाम

झाला नाही. शेवटी आलेल्या पाहुण्यांना त्यांनी 'मुलीला बरं नाही. ती आज बाहेर येऊ शकणार नाही,' असं खोटंच सांगितलं. पाह्यला आलेल्यांना वाटलं की मुलीत एखादा दोष असावा. तो लपवण्यासाठीच ही चलाखी असावी.

आता मोतीलालबाबूंचं मत बदललं. ते विचार करायला लागले की तारापद दिसायला चांगला आहे. त्याचं वागणंही व्यवस्थित आहे. त्याला आपण आपल्या घरीच ठेवून घेऊ. म्हणजे मग एकुलत्या एका मुलीला सासरीही पाठवायला नको. आपल्या हट्टी, लहरी मुलीचा राग, संताप आपण सहन केला तरी सासरकडचे खपवून घेणार नाहीत. मग अन्नपूर्णेशी बोलून त्यांनी तारापदच्या घराण्याची सर्व माहिती काढून आणण्यासाठी माणूस पाठवला. त्यानं माहिती आणली ती अशी की तो चांगल्या कुळातला आहे पण घर अत्यंत दरिद्री आहे. हे कळल्यावर मोतीलालबाबूंनी त्याच्या आईकडे आणि भावांकडे लग्नाबद्दल विचारलं. त्यांनी अत्यंत आनंदानं, क्षणाचाही विलंब न लावता होकार दिला. काठालियाचे मोतीलालबाबू आणि त्यांची पत्नी अन्नपूर्णा विवाहाचा मुहूर्त ठरवण्याच्या मागे लागले. स्वभावानंच अबोल असलेल्या मोतीलालबाबूंनी दक्षता म्हणून ही गोष्ट गुप्तच ठेवली. कुठलीही गोष्ट पटकन् बोलून टाकण्याची त्यांना सवय नव्हतीच.

चारूला आवरणं मात्र कुणालाच जमण्यासारखं नव्हतं. एखाद्या बर्गी[४] सारखी ती मधूनच तारापदच्या खोलीत शिरून धिंगाणा घालत असे. कधी राग, कधी अनुराग तर कधी विराग अभ्यासाला आवश्यक असलेल्या शांततेचा भंग करत असे. त्यामुळे ह्या स्वतंत्र व अलिप्त वृत्तीच्या मुलाच्या मनातही आजकाल क्षणापुरती का होईना बेचैनी विजेसारखी चमकून जायची. अखंड वाहणाऱ्या कालाच्या प्रवाहाच्या तरंगावर स्वार होऊन प्रवाहाबरोबर वाहत पुढे पुढे धावणारं त्याचं हळवं मन हल्ली मधूनच विचूक दिवास्वप्नांच्या जाळ्यात गुंतून जड होऊन जायचं. एकेक दिवस तो अभ्यास करायचा सोडून मोतीलालबाबूंच्या लायब्ररीत चित्रांच्या पुस्तकांची पानं उलटीत बसत असे. ती चित्रं पाहताना त्याच्या कल्पनेला येणारा आकार पूर्वीपेक्षा कितीतरी वेगळा होता. आताचं कल्पनेचं जग अधिक रंगीबेरंगी होतं. चारूचं विचित्र वागणं तो हल्ली थट्टेवारी नेत नसे. तिनं खोड्या केल्या तरी तिला मारायला त्याचा हात उचलला जात नसे. स्वत:त झालेला हा विलक्षण बदल, आसक्तीचं बंधन त्याला एका नव्या स्वप्नसृष्टीसारखं वाटायला लागलं.

श्रावण महिन्यातली तिथी लग्नासाठी निश्चित करण्यात आली. मोतीलालबाबूंनी तारापदच्या आईला व भावांना आणण्यासाठी माणूस पाठवला. मात्र तारापदला ह्याचा अजिबात पत्ता लागू दिला नाही. कलकत्त्यातील त्यांच्या गुमास्त्याला लष्करी बँडसाठी आगाऊ रक्कम भरण्यास सांगितलं आणि लग्नाच्या सामानाची

यादीही त्याच्याकडे पाठवून दिली.

पावसाची चाहूल लागली होती. आभाळात कृष्णमेघ दाटू लागले होते. गावाची नदी पार कोरडी पडली होती. कोरड्या पात्रात कुठं कुठं डबकी साठली होती आणि त्यांच्या भोवतालच्या चिखलात लहान होड्या रुतून बसल्या होत्या. कोरड्या पात्रात बैलगाड्यांच्या चाकांच्या चाकोऱ्या उठल्या होत्या. अशा वेळी पार्वतीनं अचानक माहेरी यावं तशा सरी हसत खेळत, खुदुखुदु हसल्यासारख्या गावात येऊन विसावल्या. त्याबरोबर उघडीवाघडी मुलं नदीकाठी धावली. आनंदानं ओरडत ती बागडायला लागली. नदीत पुन्हा पुन्हा झेपा टाकून ती जणू काही नदीला मिठी मारून आपली तहान भागवत होती. गावातील स्त्रियांनीही आपल्या प्रिय सखीला भेटण्यासाठी गर्दी केली. रुक्ष झालेल्या, शोष पडलेल्या गावाला कुठून तरी आलेल्या चैतन्याच्या लाटेनं हलवून सोडलं. आजूबाजूच्या गावातून भरभरून लहान मोठ्या होड्या यायला लागल्या. संध्याकाळी बाजाराच्या घाटावरून बाहेरून आलेल्या नावाड्यांची गाणी ऐकायला यायला लागली. नदीच्या दोन्ही काठावरची छोटी छोटी गावं वर्षभर आपल्या रोजच्या कामात गर्क असत. त्यांचा बाहेरच्या जगाशी फारसा संबंधच नसे. पण पावसाळ्यात बाहेरचं जग विविध प्रकारचा नजराणा घेऊन, तांबूस रंगाच्या जलरथावर चढून ह्या गावरूपी मुलींना भेट देण्यासाठी यायचं तेव्हा जगाशी सख्य जडल्यामुळे त्या गर्वानं फुगायच्या, त्यांचा संकोच काही दिवसांसाठी तरी दूर व्हायचा. मग सगळीकडे हालचाल जाग, चैतन्य. वर्षभर गप्प असलेल्या गावात बाहेरच्या जगाचा आवाज यायला लागायचा आणि मग मुक्या गावांनाही वाचा फुटायची. ह्या कलरवानं आकाश दुमदुमून जायचं.

वर्षाच्या ह्याच सुमारास कुडुलकाट्याच्या नागबाबूंच्या इलाख्यात प्रसिद्ध असलेल्या रथयात्रेची धामधूम असे. एका चांदण्या रात्री तारापद घाटावर बसला असताना होड्यामागून होड्या रथयात्रेला निघाल्याचं दिसलं. काही होड्यात फिरते पाळणे होते, काहीत जात्रादल, तर काहीत वेगवेगळ्या, विक्रीसाठी ठेवायच्या लहानमोठ्या वस्तू. एका होडीत कलकत्त्याच्या कॉन्सर्टचा गट होता. ते मोठ्यामोठ्यानं द्रुत लयीत वाद्यं वाजवत होते. जात्रेतले लोक बेहाला[५]च्या तालावर गात होते आणि समेवर येताच हा हा हा: म्हणून मोठ्यानं ओरडत होते. पश्चिमेकडून आलेल्या होड्यांतून फक्त ढोल आणि झांजांचा आवाज येत होता. उत्साह भरभरून ओसंडत होता.

बघता बघता पूर्वेकडून ढगांचा लोंढा काळं शीड उभारून आकाशाच्या मध्यावर येऊन ठेपला. त्यांनी चंद्राला झाकून टाकलं. पूर्वेच्या वाऱ्याला जोर चढला. एकामागून एक ढग पळायला लागले. नदीचं पाणी खळखळून खिदळायला लागलं. नदीकाठच्या रानात वारा शिरला. त्यामुळे रान झोके घेऊ लागलं.

त्याच्या डोलण्यानं काळोख साकळून झाडांच्या पानांत, फांद्यात साचला. बेडकाचं डरावडराव सुरू झालं. रातकिड्यांची कर्कश किरकिर जणू करवतीनं काळोख चिरत होती. त्या रात्री जणू जगाची रथयात्रा सुरू झाली होती. पाळणे गरगर फिरत होते, पताका उडत होत्या, धरणी थरथरत होती, ढग धावत होते, वारा घोंघावत होता, नदी उफाळत होती, नावा चालल्या होत्या, गाणं ऐकू येत होतं. पाहता पाहता ढगाचा गडगडाट सुरू झाला. विजा चमकायला लागल्या. जणू त्या आकाशाला चिरत होत्या. लांबवरून दाट काळोखातून मुसळधार पावसाचा वास यायला लागला. अशा वेळी नदीच्या काठावर वसलेलं काठालिया गाव आपलं दार बंद करून, दिवा मालवून गुपचूप झोपी गेलं.

दुसऱ्या दिवशीच तारापदची आई आणि भाऊ काठालियाला येऊन पोहोचले. नाना प्रकारच्या सामानानं भरलेल्या तीन मोठ्या नावा कलकत्त्याहून काठालियाच्या जमीनदारांच्या घाटाला येऊन लागल्या. अगदी सकाळी सकाळीच सोनामणी एका कागदात आंबापोळी आणि द्रोणात लोणचं घेऊन तारापदच्या अभ्यासाच्या खोलीजवळ येऊन उभी राहिली— पण तारापदचा पत्ता नव्हता. स्नेह, प्रेम, मैत्री ह्यांच्या बिकट बंधनात पूर्णपणे गुंतण्यापूर्वीच, सगळ्या गावातील लोकांची हृदयं चोरून एका पावसाळी काळोख्या रात्री तो ब्राह्मणाचा मुलगा आसक्तिशून्य, उदासीन विश्वमातेकडे निघून गेला होता.

❑

---

१. जात्रा - उघड्यावर, नेपथ्याशिवाय सादर होणारी संगीतिका.

२. पांचाली - आख्यान.

३. कथकता - अभिनय आणि गाणं ह्यांच्या साहाय्यानं सांगितलेलं पुराण.

४. बर्गी - लूटपाट करणारे मराठी सैन्य. पूर्वी चौथाई वसूल करण्यासाठी बंगालमध्ये मराठे जात तेव्हापासून बंगालमध्ये हा शब्द प्रचलित झाला.

५. बेहाला - व्हायोलिनसारखे एक वाद्य.